శ్రీ చింతామణీముద్రాక్షరశాలయందు ముద్రింపఁబడియె,

రాజమహేంద్రవరం.

శ్రీరస్తు

ఓన్నమః పరబ్రహ్మణే

విశ్రుతోర్వశీయము

ఉ. ఎవ్వనికోర్కి నీ తెలివి యేర్పడులోకము లుప్పతిల్లెనో
యెవ్వనిఁ గాంచఁ గోరెనసుధీంద్రులు మౌనము నాశ్రయించిరో
యెవ్వఁ డనంతరూపముల నెల్లెడ నిండినయట్లు తోఁచి తా
దవ్వయి చూచునో యతనితత్త్వము మీకుఁ బ్రసన్న మయ్యెడున్.

మఱియును—

మ. తనుఁ దా నాంతరదృష్టిఁ గన్గొనినయాత్మజ్ఞాని సంసారబం
ధనముక్తిం గని కేవలుం డగుచు నానందించుఁ, దద్యోగసా
ధనసంపత్తికిఁ జిత్తశుద్ధి కుదుఱ, రద్దానిం బ్రసాదించుఁ బా
వనశీలం, బది యిందు నందు సుఖ మాపాదింప వర్ధిల్లుఁడీ!

(నాంద్యంతమున)

సూత్రధారుఁడు— (తెరవంక చూచి) మారిషా! ఒక్కమాఱిటు రమ్ము.

మారి— (ప్రవేశించి) బావా! ఎందుకు రమ్మన్నావు?

సూత్ర— నేఁ డభినయించురూపకము శ్రీమల్లాది సూర్యనారాయణ శాస్త్రిప్రణీత మైనవిశ్రుతోర్వశీయ మని మనపాత్రవర్గ మెఱిఁగి యున్నది కదా!

మారి— ఎఱుఁగ కేమి? అందఱు తమతమపాత్రములం దవహితులై సిద్ధముగా నున్నారు.

(తెరలో)

గీ. పుణ్యయమునా నదీ తీరభూములందు
వేడ్క విహరించి కన్నులవిందు గాఁగ
సృష్టివైచిత్రి గాంచి వచ్చెద నటంచు
హితుఁడు తా నేగుచుండె విశ్రుతవిభుండు.

సూత్ర— బళీ! మాటలోనే కథారంభము—మారిషా! వింటివా? విశ్ర
తమహారాజు మిత్రుఁడైన శ్రీకంఠునితో యమునాతీరవిహా
మున కేగుచున్నాఁడఁట. ఇఁక మనపనికి మన మేగుదము.

(ఇరువురు నిష్క్రమింతురు)

ఇది ప్రస్తావన

విశ్రుతోర్వశీయము

— ప్రథమరంగము — యమునాతీరము —

— తెరలో — అశ్వపదధ్వని — పిదప —

గీ. స్వీయ రమణీయ తీర విచిత్రశోభ
గాంచు చేతెంచుచున్న భూకాంతుఁ డతని
హితుఁడు నెక్కినగుఱ్ఱాలగతులు చూచి
యినతనయ నవ్వుకొంచుఁ బర్వెత్తుచుండె.

[గుఱ్ఱములు దిగి వారిరువురు ప్రవేశింతురు]

విశ్రు— (సస్మితముగా) శ్రీకంఠా విన్నావా? మనగుఱ్ఱాలగతులు చూచి యమున నవ్వుకొంచుఁ బర్వెత్తుచుండె నఁట! సెబాసు! పరిహాసమైనా సరసమై భావరంజకముగా నున్నది.

శ్రీ— ఎవ రని చూచుచున్నాను.

వి— ఇట్టటు చూతు వెందుకు? పైకి చూడు.

శ్రీ— ఔ నిది ఖేచరోక్తియే (అట్లుచేసి) దాఁటిపోయి యుందురు. పోనిండు. మనయశ్వము లలసిపోయిన వని మనమే యనుకొన్నాము గదా!

వి— ఇఁక వీటిని విడువవలసినదే.

శ్రీ— అది నిజమే. ఏటితోఁబాటు దారికూడా మెలికలు తిరిగి యున్నది. పైగా మిక్కిలి యిఱుకు.

వి:— అంతేకాదు. ఎదుట నున్నకొండలవరుస చూడు. ఒకదానిని మించి యొకటి యెత్తు. (తేఱి చూచి) ఆహా యే మాపర్వతపంక్తి రామణీయకము!

గీ. తరులతాగుల్మకాంతిసంధానకలన
నంతరము లెల్ల నొకటిగా నతుకుకొనఁగ
నేటవాలుగఁ బెరిగినయేకశిఖరి
కరణి విలసిల్లుచుండె నాగిరులసరణి.

శ్రీ:— ఇఁక ముందు ప్రయాణము కష్టమే.

వి:— అయితే ఆప్రకృతిసౌందర్యము చూడక పోవడ మేనా?

శ్రీ:— మీచిత్తము.

వి:— నీవు కూడా అలసిపోయినావా?

శ్రీ:— (చిఱునవ్వు) ప్రభువు ప్రయాసపడు నని … …

వి:— ఆసహజశోభాసందర్శనమువలనియానందములో కష్టము కంటఁ బడునా? (నిశ్చలదృష్టితో) ఆసౌందర్యదేవత తనమృదుహస్తము లెత్తి యెట్లాహ్వానించుచున్నదో చూడు.

శ్రీ:— (ఆలోకించి) మహారాజా! ఏచిత్రకారుఁ డాసౌందర్యము చిత్రింపఁగలఁడు.

వి:— గీ. నవనవోన్మేషచిత్రవిన్యాసములకు
చూపు నివ్వెఱపడి తేఱి చూచుచుండ
చిత్తమున శాంతిసుఖమును జేర్చునట్టి
సహజసౌందర్యమాల యీశ్వరునిలీల.

మిత్రమా! మనమిక్కడ నిలచుట కాదు. కొంత ముందుకేగిచూతము. ఈహాయుముల నిచ్చట నుండనీ!

(ఇరువురు నడచుచుందురు)

శ్రీ:— మహారాజా! ఎవరో కొండ దిగి వచ్చుచున్నారు. అదుగో!

వి:— (అటుచూచి) ఔను ఎవరో యోగీంద్రుఁ డనుకొందును. అంతే

గీ. బక్కచిక్కినదేహంబు బ్రహ్మతేజ
మొనయుముఖము జటాభారమున కొకెంత
వొరగుశిర మొప్పనిమ్మహాయోగిదర్శ
నంబు మన కొక్కశుభశకునంబుసుమ్మి!

యోగి:— (యథోక్తముగా ప్రవేశించును)

వి. శ్రీ:— (త్రోవప్రక్క నిలచి వంగి నమస్కరింతురు)

యో:— చిరాయు రస్తు నిరామయో ఽస్తు. (నడచుచుండును)

వి. శ్రీ—(వెంబడింతురు)

యో:—(వెనుదిరిగి యాఁగి) వెనుకకు వచ్చుచున్నా రేమి?

వి—(బద్ధాంజలియై) చిత్తము. తమగమనమున కాటంకము కలుగరాదు. వేంచేయుచుండుఁడు. పూజ్యపాదుల ననుసరించి వచ్చుచు మనవిచేయుదును.

యో—ఆఁ! ఇంతలో నేమిలే! చెప్పుము.

వి—స్వామీ: యమునాతీరమున నొకింత విహరించుకోర్కెతో బయలుదేఱి వచ్చితిమి. దైవికముగా మహాత్ముల దర్శనమైనది. మా ప్రయాణము ఫలించినది.

యో—ఓ!! అందు కనవచ్చు గుఱ్ఱములు మీవేనా?

వి—చిత్తము స్వామీ!

యో—ఎవరయ్యా మీరు?

వి—నేను యాదవాన్వయుఁడను. విశ్రుతాహ్వయుఁడను. ఇతఁడు మా మంత్రిపుత్రుఁడు శ్రీకంఠ నామధేయుఁడు.

యో—(సాకూతముగా నవలోకించి) నీవు జయధ్వజుని పౌత్రుఁడవా?

వి—ప్రపౌత్రుఁడను. వీతిహోత్రుని తనయుఁడను.

యో—(సస్మితముగా) మీ ముత్తాతను నే నెఱుఁగుదును. అతఁడు పరశురామునిబారికి తప్పి వచ్చి యిందు కొంతకాలము తపోనిష్ఠనున్నవాఁడు. అతనివంశ మభివృద్ధిలోనికి వచ్చినది. సంతోషము.

వి. శ్రీ—(సాశ్చర్యానందముగా) పురాణపురుష సందర్శనమున పునీతుల మైతిమి స్వామీ! సహస్రవందనములు.

యో—వంశాభివృద్ధి రస్తు. అయితే కుమారా! ఎక్కడి యదుపురము? ఎక్కడి యమునోత్తర? ఇంతదూరము విహారవినోదమేనా? తీర విహారము తీర్థయాత్రగా పరిణమించినది.

వి—(సహర్షముగా) యమునోత్తరాతీర్థము సమీపించితిమా?

యో—ఇంకెంత? దాదాపు నాలుగుయోజనములు.

వి—ఆహా దైవానుకూల్యము!

యో—సత్యము. సర్వము దైవాయత్తము. కాని, సుమారు రెండామడ గుఱ్ఱమెక్కి వెళ్లుట శక్యము కాదు.

వి—పాదచారినై యేగెద.

శ్రీ—(తెల్లబోయి చూచును)

యో—అట్లే కానీ! (మొగము తేఱిచూచి) దైవ మలంఘ్యము కదా!

వి—మహానుగ్రహము—అయితే స్వామీ! ఇందు వియచ్చరులు విహరించుచుందురా!

యో—విహరింప కేమి? అప్సరోగిరిపై నివసింతురు కూడా.

వి—అ దెక్కడ స్వామీ?

యో—యమునోత్తరాతీర్థమున కుత్తరముగా మఱినాలు గామడలో నప్సరస్తీర్థము. దానిదగ్గఱనే అప్సరోగిరి, శ్వేతాగ్రము. కాని ఆమార్గము దుర్గమముగా నుండును.

వి—మహాత్మా! చాలాసేపు తమయాన మాపినాను. క్షమింపుడు. నమస్కారము.

యో—శుభం భూయాత్ (నిష్క్రమించును)

వి—మిత్రమా! హయరత్నముల నీయడవిని విడుచుట తగదు. అదిగాక మనపరివారము మనకై పరితపించుచుండును. కావున నీ తురగములతో నీవు శిబిరముల కేగి యందలివారితో పురము చేరుము. నే నాతీర్థము సేవించి నెలదినములలో నింటికి వత్తును

శ్రీ—శ్రీవారసహాయులుగా … …

వి—అదేమి శ్రీకంఠా! (ఒఱపైఁ జేయివేచి) నా కీఖడ్గమే పరమ సహాయ మని యెఱుఁగవా?

శ్రీ—చిత్తము చిత్తము. ప్రభువునాజ్ఞ … …

వి—సరే కానిమ్ము.

(ఇరువురు నిష్క్రమింతురు)

విశ్రుతోర్వశీయము

—♦ ద్వితీయరంగము — యమునోత్తరాపూరము. ♦—

—♦ తెర తొలఁగించుకొని యొకయువతి ప్రవేశించును ♦—

యు.—ఆహా! ఇది యచింతిత సంఘటనమే. ఏక్షణమున కేది యెట్లగునో ముం దెవరి కెఱుక? ఆయోగీంద్రునివంటి త్రికాలజ్ఞు లెందే నుందు రేమో! వారు కాలస్వరూపులే. (స్మరించి) ఊరక చేసిన నా పరిహాసము వియచ్చరవీక్షణమున కుతూహలము కలిగించినది. యోగీంద్రుని సంభాషణము తీర్థసంస్నానమున నుత్సాహము కల్పించినది. అంతటి మహారాజు మహాసుకుమారుఁడు నిపు డేకాకియు పాదచారియు నయ్యెను. (ఊహించి) కొంతదూరము తోడై చేసినతప్పు దిద్దుకొందునా? బుద్ధిశాలి పరేంగితజ్ఞుఁడు, ఇంతమాత్రము కనిపెట్టఁడా? అయినా సరే, అవసరమైన మాటలుమాత్రము వినఁజేయుచు నానారూపములు ప్రచ్ఛన్నముగా ననుసరించి చూచెద. (ముందు చూచి) అదుగో విశ్రుతమహారాజు. మళుపు తిరిగి త్రోవకు వచ్చెను

—♦ అంత నడచుచున్న విశ్రుతుఁడు ప్రవేశించును ♦—

వి—సాధుదర్శనము సర్వశ్రేయోదాయకము. నా భాగధేయమే యోగీంద్రరూపమున ప్రత్యక్షమైనది.

యు—ఈ యాత్రికు డింపినది.

వి—గీ. కన విధిప్రేరణము లేక మనుజుఁ డెట్టి
పనియు నూహింప నొనరింప వలఁతి గాఁడు,
పౌరుషంబు ఫలించుట భంగపడుట
దైవమునఁ గాదె? పురుషయత్నం బిఁ కేది?

యు—సత్యము మహారాజా!

వి—(తలయెత్తి నల్గడ చూచును)

చ. అనుకొననట్టి యాత్ర యిది హాయిగ నల్దెసఁ జిత్రపంక్తి దీ
ర్చినగతి నున్నయీప్రకృతిచిత్రము గాంచుచుఁ బుణ్యతీర్థముం
గనియెద, నంతఁ దాపసులఁ గన్గొనియొక్కెడ, నంత వెండి పూ
సినయటులుండు నగ్రములఁ జెన్నగునచ్చరకొండఁ గాంచెదన్

యు—ఆహా! ఏమి చక్కఁదనము? దైవికముగా దివ్యామృతఫలముదృ
గ్గోచర మైనది. అయితే నేమి? చేతి కందవద్దా?

వి—(ముందు చూచి నడచుచు) అబ్బా! ఇప్పటికి దారి యించుక
సుగమముగా నున్నది.

యు—(కొంచెము ప్రక్కకు వచ్చి రాజును చూచుచు)

గీ. అంద మంద మటందు రేమందము లవి?
అందమున కందమైన యీయందగాఁడు
వీరశృంగారపూర్ణావతారుఁ డౌం!
ఎంతపుణ్యంబు చేసెనో యితనికాంత?

(ఆతనిఁ గన్నార మరలఁ గాంచి సాకూతసంశయముగా) ధీరుఁడు వీరుఁడు
తీర్థయాత్రాపరుఁడు. తొందరపడి తేలిక యగుట గాని యీసమయ
మున నీతని హృదయము మెత్తపడునా?

వి—(ఇట్టటు చూచి సహర్షముగా) ప్రకృతిలక్ష్మి నేత్రపర్వముగా దర్శన
మిచ్చుటే కాదు, కర్ణరసాయనముగా కలస్వనంబున పలుకరించు
చున్నది. (సహర్షముగా) సెబాసు! ఇది నా కుపవనవిహారము
గానే యున్నది—యోగీంద్రా! నమస్కారము.

యు—ఇతఁ డప్సరోగిరికి రాక మానఁడు. కాని, ఏమిలాభము? ఈ సుంద
రునికి తగినసుందరి యక్కడ సిద్ధము. (చింతించి) కానీ! పదధ్వని
వినఁబడని !

వి:—(ఇట్టట్టుచూచి) ఎవరును కనఁబడరే! ఎక్కడి దీయడుగులచప్పుడు? (వెనుక తిరిగి) ఏదో చప్పుడా? భ్రాంతి పడితినా? కాదు. కాలి చప్పుడే—కానీ! [నడచును]

యు:—నిశ్శబ్దముగా నడచెద.

వి:— (సహాస్యముగా యమునవంక చూచుచు) ఆహా! కుటిలమయ్యు నకృత్రిమ మైనయీకాళిందిగమన మెంత హృదయంగమముగా నున్నది?

యు:— వెనుక నడచెద—

వి:— చ. ఎమురగు నోరపిల్లుఁ బరుగెత్తుఁ బకాలున నవ్వు దాఁగు వీ
నదరఁగ హోరువెట్టు నడు గంటినయట్టు లణంగు లేచుఁ గ
స్వైరఁగఁ దల్లక్రిం దగు విచిత్రవిహార కళిందకన్య, మేల్!

యు:—మన సాపఁ జాలకున్నాను. వినఁబడనీ!

చ. మునములరంగ మిమ్ముఁ గని ముచ్చట దాఁగురుమూఁత లాడెఘా.

వి:— (వెనుతిరిగి) ఎవరు?—నిజమే-ఇదిదాఁగురింతయే- (నవ్వుచు) వింతలలో నిది యొకవింత-... ... ...

(ఊహించి) ఔనంతే- ఎవరవమ్మా నీవు? మాయశ్వములనడక చూచి నవ్వినదానవా?

యు:— ఇది కోప మనుకోను.

':— మాటాడ వేమి? నిజము చెప్పు-సంశయ మేల?-

యు:— (కులుకుగొంతుతో) ఔనండి. కాని, అది దురభిప్రాయము తోడి పరిహాసముకా దని తమకు విదితమే.

వి:—[సస్మితముగా మొగ మాడించుచు] ఇపుడు నానడక చూచి నవ్వ వచ్చినానా?

యు:—(మృదుహాసముతో) కాదు మహీకాంతా! క్షమించండి.

:—వియచ్చరీ! నీ తెలివికి మెచ్చుకొన్నాను—సరేకాని, నన్ను పట్టించినా వెందుకు?

యు:—ఏమీ లేదు. మీసుగుణములకు మెచ్చుకొని మిమ్మనుసరించుచున్నాను.

వి:—(చిఱునవ్వుతో) చక్కఁగా బదులు తీర్చినావు. అయితే, కనఁబడ రాదా? మాటలాడి వెడలరాదా? ఇదేమిటి?

యు:—నే ననుకొన్నట్లే యున్నది ధోరణి.

వి:—మాటాడ వేమి? యాత్రికుఁడను, నన్నెందు కనుసరింతువు?

యు:—ఈపలు కొంత తీవ్రముగా నున్నదో! లాభము లేదు.

వి:—పోనీ లే! ఇఁక నన్ను వెంటాడకు. (నడచును)

యు:—భూవరా! మన్నింపుఁడు. నిజము తెల్పెదను.

వి:—(ఆఁగి) అదేదో కానిమ్మా, కాలయాపన చేయక ... ..

యు:—చ. పురుషులయం దపూర్వ మగుపోఁడిమి చూడ లభించె నేఁటికీ
శ్వరకృప, నీరుచిర మొగము వాచినయట్టులు కన్నులార నా
దరమునఁ గ్రోలుచుంటి నిది దక్కుటకుగా, నిఁక మీదురూపుమా
దర తగనం చెఱింగియె కనంబడనైతిని సాంగమన్మథా!

వి:—అయ్యో! వియచ్చరీ! మాయలాఁడి వనుకొని మందలించినాను; పొరపాటు. నీ సొగ సద్దకేమిగాని, నీయాత్మజ్ఞత కానందించితిని మంచిది. ఇఁక నేను పోయివత్తునా? [నడవఁ జొచ్చును]

యు:—మహారాజా!

వి:—[వెనుదిరిగి] ఇంకేమి? నేను దూరము పోవలెను గదా? మాటలతో

యు;—అందుకే నేను మనవి చేయఁబోవుచున్నాను.

వి:—[నవ్వి] బాగున్నది. దానికి నీమనవి యేమి టమ్మా!

యు:—నాభావ మెఱింగించితిని గావున నన్నింక శంకింప రనుకొందును.

వి:—శంకింపను లే! ఆమనవి కానీ!!

యు:—ముందు మీసౌజన్యమునకు నమస్కారము.

వి:—సంతోషము, కృతజ్ఞుఁడను.

యు:—దయతో నాలకింపుఁడు.

మ. గమనాయాసము నోర్వఁజాలునె శుభాకారంబు మీకాయ? మ
ధ్యమము నిమ్నోన్నతశైలసంకులము, తీర్థం బింక మూఁడామ,డు
ల్లమునం దొంటు తలంప కిం డెడమ కేల్, గైకొంచు నాకాశమా
ర్గమునం జేర్తు ముహూర్తమాత్రమునఁ దీర్థక్షేత్రమున్ భూవరా!

వి:—సెబాసు బుద్ధిమతీ! నీసద్భావము వెల్లడించితివి, చాలు. నీవు న
న్ననాయాసముగాఁ దీర్థరాజముఁ జేర్చినట్లే యానందించితిని.
నీకోరిక మన్నించలే దని సంకోచింపకు. నన్నుఁ బోనిమ్ము.

యు:—అయ్యో! ఈసేవచేనైన నాజన్మము ధన్య మగు ననుకొన్నాను.

వి:—ఏమీ! విచార మేల! ఆసౌశీల్యమే ధన్యతకు మూలము. ఇఁక నీ
వుండుము.

యు:—పోనిండు మహారాజా! మన మింతసేపు హృదయపూర్వకముగా
సంభాషించుటచే మిత్రుల మైతిమి గదా! దానిని బురస్కరించు
కొని వేఱొక్కటి మనవి చేయుచున్నాను. ఇది యైనఁ గా దనక
యనుగ్రహింతురుగాక.

చ. విమలమనంబునన్ వినుమువిన్నప మంచుఁ దలంచి, ఋట్టిదు
ర్గమగిరిరాజి నొంటరిగఁ గాల్నడకం జనరానిమాట డెం
దమున గణించి, మిత్రు డగనాశినదోషము దిద్దుకొంచు, నె
య్యము పచరించునీసఖి సహాయముగాఁ బయనం బొనర్పుఁడీ!

వి:—నీయాలోచనము సముచితము. నిజముగా నీ వాప్తమిత్రురాలవు
లోకములో నిట్టియవ్యాజమైత్రి దుర్లభము. కాని, నే నేకాకినై
చనుటకు నిశ్చయించుకొన్నమాట నీవు వినియే యుందువు. దాని
కింక తిరుగు లేదు. మన్నింపుము.

యు:—(సగౌరవముగా) కానిం డేమిచేయుదును? సజ్జనసాహచర్యమునకు
నోఁచుకోలేదు మీవంటిలోకోత్తరుల ననుసరించిన యీముహూ

త్తము మఱవఁజాలను. పునర్దర్శన మెప్పుడో! (చేతులు పట్టుకొని కన్నుల కద్దుకొని) నమస్కారము.

వి:—(సంకోచముతో) అయ్యో!! పోనీలే! నిష్కపటమిత్రురాలవు! నీపే రేమి?

యు:—ఎందుకు? అదియును ప్రచ్ఛన్నమే. క్షమింపుఁడు,

(తెరలో—గాండ్రుగాండ్రు—

యు:—మహారాజా! పులి పులి—

వి:—ఏది? ఆఁ రానీ! ఓ! ఇది నరమాంసము చవిచూచినదే. నిశ్శంకముగా చేరవచ్చుచున్నది. ఈమార్గమునకు నేఁటితో దీనిపీడ వదలును.

(తెరలో—గాండ్రు గాండ్రు—

వి:—(కత్తి యెత్తి విసరి) గంతు లణఁగినవా?

యు:—మహాశూరా! జయము జయము. (ఇరువురు నిష్క్రమింతురు)

విక్రమోర్వశీయము

—♦ తృతీయ రంగము—అప్సరోగిరి మార్గము ♦—

—♦ సముచితవేషముతోడి విక్రముఁడు నడచుచు ప్రవేశించును ♦—

వి:— ఇదే అప్సరోగిరి—ఐతేనేమి? దగ్గఱగా కనవచ్చుచు చేరుచున్న కొలఁదిని దవ్వగుచున్నట్లున్నది—ఔను. పర్వతస్వభావము బహుచిత్రము.

[తెరలో]

అంతకన్న భూభృత్స్వభావ మనుట సముచితము.

వి: . ఓ! వియచ్చరనివాసముచెంతకు వచ్చితినికాఁబోలు! (పైకిచూచి) ఇది సందర్భోచిత మైనభూనాయకనింద. (ఊహించి) ఆగొంతు కాదు— ఖేచరులు ధన్యులు. కామరూపకామగమనముల సర్వదా సవిలాసముగా విహరించుచుందురు.

[తెరలో]

స్వేచ్ఛావిహారమే ధన్యతకు మూలమా?
కామప్రవృత్తుల కది యట్టిదే.
సవిలాసవిహారమున ఖేచరులకు భూచరులు తీసిపోరు.

వి:— అరే! మరల నీమూఁడుగొంతులు వేఱు—ఇది నాభలోక్తికి విమర్శనము కాఁబోలు!— మరల నేమీ వినరాకున్నది. కానీ! (నడచుచు) ఇది యొక చిన్నగుహ. (లోనికి చూచి) శూన్యము—ఆఁ! ఇది యొకగొప్పచప్పరము—ఏనాఁటిదో! నేఁడు నిర్మించినట్లున్నది—ఇది వీథి. రెండుప్రక్కల పొదరిండ్లు. ఇది వియచ్చరుల విహారస్థలము కాఁబోలు! (ఏగుచు) ఏ మీధ్వని!— (చూచి) బళీ! శ్రమ సార్థక మైనది. ఎంతగొప్పధార? ఏనుఁగుతొండములా వున్నది. ఆహా!

గీ. ఎన్నియుగములుగాఁ బడుచున్నయదియొ!
ఎన్నియుగములు మఱి పడ నున్నయదియొ!
ఇమ్మహాధారతత్త్వంబు నేర్పరింప
నెవరితర మౌర! యీశ్వరసృష్టిమహిమ!

(ముందుకు నడచి) ఇది పెద్దగుహ. మిద్దెవలె నున్నది. ఎవరైన సాధువు లుండవచ్చు. (లోనికి తొంగిచూచి) ఒకరెవరో పడుకొని యున్నట్లు కనఁబడుచున్నది. ధ్యానములో నున్నారేమో! పలుకరించిన నపచార మగును.

[గుహాలోపలినుండి]— వేణీ!

వి:—సాధువు కాఁడు—ప్రియురాలినికాఁబోలు పిలుచుచున్నాఁడు. (నడవఁ జొచ్చును]

(లోపలినుండి) ఎవ రది? ఉండు. (అనుమాట వినవచ్చును.)

వి:— (వెనుతిరిగి చూచి) ఈవలికి వచ్చుచున్నాఁడు—కిన్నరుఁడు—

కి:— [ప్రవేశించి] ఎవరు నీవు? లోపలి కెందుకు చూచావు?

వి:— యాత్రికుఁడను. ఎవరైనా యోగులు.... ...

కి:— యాత్రికుఁ డేమిటి? ఇల్లు దూఱడ మేమిటి? [అని గద్దించుచు డాసి] ఎవ రంటే చెప్ప వేమి? మనిషి వేనా?

వి:— [కన్ను లెఱ్ఱచేసి] తొందరపడకు జాగ్రత్తగా మాట్లాడు. కారణము చెప్పినాను. [నడవఁబోవును]

కి:—యోగీ! జోగీ! దొంగవేషం. నరుఁడవేనా యంటే బదులు చెప్ప వేమి?

వి:—ఔను. నరనాథుఁడను.

కి:— ఆఁ! అల్లాగ చెప్పు. స్వయంవరానికి వచ్చినట్లు బాగా వేషం వేసుకొని వచ్చావులే! ఇక్కడెవరు వరింతు రనుకొన్నావు? ఎవరికోసం తొంగి చూచావు?

వి:— అట్టే పేలకు, ఒళ్ళు తెలియకుండఁగా—

కి:—ఏమన్నావు? నాఒళ్లు దూఁకి పైగా [అని చెయ్యి పట్టుకొనును]

వి:— ఓఁహీనుఁడా! అని యూచేయిగట్టిగా నలుపుచు] ఏ మీపొగరు? అణఁగినదా?—బుద్ధి వచ్చినదా? .. ..

కి:— బాబోయి బాబోయి!— అమ్మో! చచ్చాను!—అమ్మో! అయ్యో!

[తెరలో]

అయ్యో! ఎవరైనా కొట్టుచున్నారేమో! పట్టిపనికిమాలినవాఁ డమ్మా! ప్రతిదినమూ జట్టీలే కదా! ఎవరో?—అయ్యా! కొట్టకండి వస్తున్నాను.

వి:— ఎవరో పాప మాఁడది, మొఱ్ఱపెట్టుచు వచ్చుచున్నది.

ఆఁడది— [ప్రవేశించిచూచి] కనికరించి విడిచిపెట్టండి మారాజా! చెయ్యి నెత్తురు చిమ్ముచున్నది.

వి:—[విడిచిపెట్టి] నీపే రేమి?—

ఆఁడ:—నీలవేణి.

వి:—వీఁడు నీ ప్రియుఁడా?—మంచివానిచెట్టపట్టినావు! [చిఱునవ్వు] వీఁడా నీకు దొరకినాఁడు?

కి:—(చెయ్యి సవరించుకొనుచు కోపముతో] మాటలు బాగా రానీ!

నీ:—చాలులే సిగ్గు లేక యింకా ... ఇంటికి వచ్చినగొప్పవారిని గౌరవించడానికి బదులు దెబ్బలాడుదువా?

కి:—నాచెయ్యి నలిపినందుకు కాళ్లు పట్టి గౌరవించు.

నీ:—నోరు మూసుకో!

వి:—ఛీ! అయోగ్యుఁడు. [నడవఁజొచ్చును]

నీ:—అటు దయచేస్తున్నా రెక్కడికి?

కి:—దీని కెందుకో? పోనీయక—

వి:—[నడచుచునే] అప్సరోగిరి చూచుటకు.

నీ:—అందుకే అడిగాను. అటు కాదు. ఇటు వేంచేయండి.

వి:—ఏమీ! ఈమార్గము ... ...

నీ:—అది గిరిప్రదక్షిణం చేయడానికి పోయేదారి. దుర్గమము—

వి:—అల్లాగా? అదా?—

నీ:— ఇది తిన్నగా కొండమీదికి పోవును.

కి:— విడిచిపెట్టకు కాబోలురా దేవుడా; నా కీచేతిబాధ కూడా వచ్చింది కదా! ... ...

నీ:— ఇటు రండి. [అని ముందు నడచును]

వి:— ఇది సుగమముగా నుండునా?

కి:— [కోపముతో] పోతే పోనీ! లోపలికి పోయి చేతికి తడిగుడ్డయినా చుట్టుకొంటాను [నిష్క్రమించును]

నీ:— ఇది మొన్న బాగుచేసిన కొత్తదారి, మెత్తగా నుండును.

వి:— నీవు చెప్పకపోయిన నే నాదారిని పోయియుందును.

నీ:— పోనీయండి. తమకు శ్రమ తప్పినది. నాకు మాట దక్కినది.

వి:— సరే, ఇక నీ వుండుము. మంచిదానవు—

నీ:— అతడు తెలివిమాలినవాడు. జరిగినదానికి నేను సిగ్గుపడుచున్నాను. మన్నించి మఱచిపొండు. [దోసిలి యొగ్గును]

వి:— సరిలే! నా కాసంకోచమే లేదు. లోకములో మంచితనముకన్న చెడ్డతనమే యెక్కువ. ఇంతకు నీవినయము వానిని కాపాడుచున్నది. అందుకు సంతోషించుచున్నాను.

నీ:—ఈత్రోవనే తిన్నగా వేంచేయండి. నమస్కారము. [నిష్క్రమించును]

వి:—[నవ్వుకొనుచు] నేటిప్రయాణము చిత్రముగానే యున్నది—పుణ్యపాపములకలయిక యైన యీజీవసృష్టిలో భూచరులు ఖేచరులు ననెడి వివక్ష కవకాశమే లేదు. ఉత్తమమధ్యమాధమభేద

ముభయసాధారణము. ఇంక విశేష మేమన?—అందఱు నట్టివారు కారు గాని, వియచ్చరులలో మానవులను నిరసనభావముతో చూచువారెక్కు వనక తప్పదు. తక్కినవిద్య లేవియు లేకపోయినా వియద్గమనవిద్యయే యాదర్పమునకు కారణము—కానీ! ముం దింకేమి యనుభవమునకు వచ్చునో! [నడచుచు] ఓ! ఇది యొకచక్కనివీథి—ఆఁ! ఒకయువతి యిటు వచ్చుచున్నది. [పరికించి] చేతిలోనిది వీణ కాదా?—సందేహ మేమి? రానీ! మంచిశకునమే ... ...

యువతి:—[యథోక్తముగా ప్రవేశించి వచ్చుచు ముందు చూచి] ఎవరీనూతనపురుషుఁడు— వేషమూ రమణీయము—రూపమూ దర్శనీయము ... ...

వి:—యువతీమణీ! నా కీస్థలము క్రొత్త—ఒక్కనిమిషము ... ...

యు:—[ఆఁగి] ఏమి కావలెనండీ? ఎక్కడినుండి వచ్చుచున్నారు ?

వి:—నీవు గంధర్వకన్యవా?

యు:—(సస్మితముగా) ఔను.

వి:—నీ పేరేమి?

యు:—రుచిమతి—ముందుమీకు కావలసిన దేమో తెలియఁజేయుండి...

వి:—స్వకథన మనుచిత మైనను తప్పదు. నేను యాదవరాజ్యపాలకుఁడను. నాపేరు విశ్రుతుఁడు. అప్సరోగిరి చూడ వచ్చితిని...

యు:—(నివ్వెఱపడి చూచి) మీరు క్షత్రియులా? సంతోషము—మహాపురుషులదర్శనము.

వి:—ఔను. అట్లు చూచుచున్నా వేమి?

యు:—ఏమీం లేదు. మీ రతిసుకుమారులు. కష్టపడి కాలినడక నెందు కీదుర్గమభూమికి వచ్చినా రని ... ...

వి:—అది యొకకుతూహలము ... ఇందు చూడఁ దగినవింత లేమని యడుగుటకే ని న్నాపితిని.

యు:—ప్రకృతిశోభావిశేషమే చూడఁదగినది.

వి:—అంతే కదా! నీవు వీణ చక్కఁగా వాయింతువా?

యు:— ఇపుడు నేర్చుకొనుచున్నాను.

వి:—ఎక్కడ? ఎవరివద్ద? ...

యు:—ఇక్కడనే, ఊర్వశిదగ్గఱ ...

వి:—(సాశ్చర్యముగా) ఏమిటీ! ఊర్వశి? ఆయూర్వశియేనా?

యు:—ఔనండీ! ఈపేరు గలసురలోకసుందరి యింకొకతె లేదు. మీరు విన్నయాప్రసిద్ధ గాయనీమణియే.

వి:—(ఉత్కంఠతో) ఆవిద్వాంసురాలిపాటవినుట గొప్పవిశేషము కాదా? ... అదెట్లు?

యు:—సంశయమేమి? రావచ్చు వినవచ్చు. (చిఱునవ్వుతో) అచ్చరల యిండ్లు రాజులయంతఃపురములు కావు.

వి:—(సస్మితముగా) పరిచయము లేదుగదా యని ...

యు:—భూపతులకట్టిసందేహ ముండునుకాబోలు! నేను పరిచయము కావింతునులెండి— కొండమీఁదికి చూడండి. అగపడుచున్నదే యూర్వశియిల్లు. ఇదే దారి— సాయాహ్నమున మీరచ్చటికి దయచేయుఁడు. నేనందే యుందును.

వి:—రుచిమతీ! నీసౌశీల్యము ప్రశంసనీయము. సంతోషము.

యు:—మీరు శ్రమపడివచ్చినారు. ఒక్కముహూర్తము విశ్రమింతురుగాక. తగినగృహము చూపెదను. అక్కడ మీకు సర్వము లభించును. దయచేయుఁడు.

[ఇరువురు నిష్క్రమింతురు]

—o—

విశ్రుతోర్వశీయము

చతుర్థరంగము — ఊర్వశియింటిచావడి

—♦ ఉచితాసనములతో మణిదర్పణాదులతో సలంకృతము ♦—

—♦ ఇట్టటు పచారు చేయుచున్నయూర్వశి ప్రవేశించును ♦—

ఊ:—ఇందురేఖ అందఱివంటిదిగాదు. లేనిమాట పుట్టించదు—ఉన్నమాట దాఁచదు—ఆరాజేంద్రుఁ డీగిరిరాజము చూడ నిశ్చయించుకొన్నమాట నిజమే. కాని యెందు కింకా రాలేదో! దారి తప్పి కొండచుట్టు తిరుగుచుండె ననుకోరాదు. నీలవేణి మొగలో కాచుకొనియే యున్నది. (సోత్కంఠముగా) దర్శనమైనా కాదా? —ఇందురేఖ యేమన్నది?—

గీ. ఎవరు నిన్ను వరించిన నింతదనుకఁ
గనకు నలకూబరుఁడు దక్కె ననుచు మురియు
రంభగర్వ మణంగ నారంభ మగునో !
అమ్మహారాజు మనకొండ కరుగుదెంచు.

తాను నిరాశ చేసుకొనియన్నమాట కాని, యిది ముఖస్తుతి కాదు (దారివంక చూచి) ఆఁ ! రుచిమతి వచ్చుచున్నది. దీని కేమైన జాడలు తెలిసె నేమో ! చూతము.

[వీణ చేపట్టిన రుచిమతి ప్రవేశించును]

ఊ:—(మందస్మితము)రుచీ రావే! ఎన్నాళ్ళకు కంటఁబడ్డావు?

రు:—(వీణ బల్లపై పెట్టుచు సాకూతస్మితముగా) ఎన్నాళ్ళయితే నేమి? సమయాని కందుకొన్నాను.

ఊ:—(నవ్వుచు)నే నేమీ కార్యము తలపెట్టలేదే! సమయ మేమిటి?

ర:—ఇది తలపెట్టే సమయమే.

ఊ:—(సధైర్యగాంభీర్యముగా) అబ్బో! భవిష్యత్తు తెలిసినదా? అయితే కానీ!

ర:—నే నిపుడొకమహారాజును, కాదు కాదు—సౌందర్యరాశిని సందర్శించినాను.

ఊ:—అదృష్టవంతురాలవు—ఎవ రమ్మా!

ర:—ఎవ రేమిటి? నేను బయలుదేఱి వచ్చుచు—అదికా దుండు—

ఊ:—ఆ తడఁబా టేమిటే సరిగా చెప్పక?—

ర:—నీ కెపుడు చెపుదు నన్నయాత్రి మట్లు చేయుచున్నది. ముందదే చెప్పెదనులే!—నే నపుడు పూర్తిగా వినలేదు గాని నేనూరికి పోవునాఁడు విన్నమనోహరాంకారుఁడే.

ఊ:—(నవ్వి) సెబాసు! నీ వుపాధ్యాయురాలవుగా నుండవలసినదానవు.

ర:—(నవ్వి) ఉండవమ్మా నవ్వకు—అంతా ఒక్కమాటు చెప్పవలెనని యాశ—మాటలు పొసఁగడము లేదు—

ఊ:—తత్తఱపడకు. ఏమి విన్నావు? ఎక్కడ విన్నావు?

ర:—అదంతా పూసగ్రుచ్చినట్లు చెప్పలేను గాని, మణిరేఖప్రశ్నయు నిందురేఖసమాధానము నొక్కగీతముగా వినిపించెద, విని యూహించుకో!

గీ. అందకత్తెలలోపల నందకత్తె
వైనసీ విట్టు లన, మనలోన నతని
వలచి వలపించుకొన నింక వలఁతి యెవతె?
రంభయొక్కతె—ఊర్వశీరమణియొకతె.

ఊ:—అంత చక్కనివాఁడా?

ర:—నీవు వర్ణింపఁగల వేమోకాని, నాకు వర్ణనాతీతుఁడే—

ఉ. ఆనరనాథుచక్కఁదన మాపరమేష్ఠితలంపు తీర్చెనో!
తా నయి తీరెనో! యెవఁడు దానిరహస్య మెఱుఁగు? దద్గుణ
ధ్యానము దానినైజము! యథార్థము చెప్పెద నమ్ము మామహీ
జానిని జూచి నేను సుమసాయకుఁడే యనుకొంటి నెచ్చెలీ!

ఊ:—(సహేతుకముగా, ఎక్కడ చూచినావే రుచీ!

రు:—తినఁబోవుచు రుచి నడుగనేల? ఆవిశ్రుతమహారాజు నీపాటవిను కోర్కె నిచ్చుటకే వచ్చుచున్నాఁడు. ఇఁక వీణ సవరించుము.

(విశ్రుతుఁ డొకవంక ప్రవేశించును)

(ఊర్వశీరుచిమతులు వీణలశ్రుతులు సరిచేయుచుందురు)

వి:—(పరిక్రమించుచు) ఊర్వశి యన సాధారణసురకాంత కాదు. ముజ్జగములఁ బ్రశంస కెక్కినది. ఆసుందరి నిందు సందర్శించుట గొప్పవిశేషమే. (ఒక్కఁడు గాఁగి)

చ. అరయ వియచ్చరాంగనలయందు మనోహరకోమలాంగు ల
ప్సరసలు, వారిలోఁ గుసుమసాయకు నువ్విళులూర్చుచెల్వపుం
గరిమకు రంభ యూర్వశియుఁ గాఁపుర, మందు నిగర్వభావ మ
చ్చెరువగుపాటనేర్పు మృదుశీలము నూర్వశిసొమ్ము గాదొకో!

(నడచుచు) ఆహా విచిత్రసంఘటనము! ఔరా అలభ్యయోగము! (ఆఁగి) ఔను గాని, ఊర్వశిపాట యని యుబలాటపడితే సరా? అది సురవారసుందరి నెఱజాణ—.

గీ. ఆయువతిచక్కఁదనము నేత్రామృతంబు,
ఆవిదుషిపాట కర్ణరసాయనంబు,
ఆసుదతిమాట మానసాహ్లాదనంబు,
నైనయెడ నింక నేను నే నగుదునొక్కొ?

(పరిక్రమించుచు) అయితే యిపుడు కర్తవ్య మేమి? ముందుగా పాట వినుకోరిక చెప్పి పంపితిని గదా! (ఊహించి) ఎందు కీతర్కము!

కానీ! ఇ దెందుకు వచ్చెనో! సర్వము దైవాధీనము (వడిగా నడచుచు) ఇదే యిల్లు, చావడిలో సందడి—

ఊ:—(రాగాలాప మారంభించును)

వి:—(విని) బళీ! యిది సుధారసబిందువా? కలకంఠీకంఠరమా!

ఊ:—(దారివంక చూచుచు వాయించుచుండును)

వి:—అరే! ఏ మీమార్యు?

రు:—(నవ్వుచు) ఏమీరాగ సరణి? కాదు కాదు. ఏమి రాగమహిమ

ఊ:—ఏ మావేళాకోళము? (సరిగా మ్రోగించును)

వి:—రాగమాలిక కాదు పరాకు గాని,

ఊ:—(స్వరము పలికించుచుండును)

వి:—(సమీపించుచు) వహవా! వీణ కాదు, సరస్వతి పలుకుచున్నది.

ఊ:—(వాయించుచుండును)

వి:—మేలు! రుచిమతి! నీమేలు మెచ్చుకొంటి.

రు:—(ద్వారమువంక చూచి) అదుగో! విశ్రుతమహారాజు!

(ఇరువురు లేతురు)

వి:—(లోనికి వచ్చి చూచి) ఆలావణ్యరాశియే యూర్వశి. ఆహా!

ఊ-రు:—(ఎదురేగి) స్వాగతము స్వాగతము. (ఆతిథ్య మాచరించి రత్నాసనము చూపుదురు)

(అందఱు నుపవసింతురు

వి:—(సస్మితముగా) గాయనీమణీ! కథలలో వినుచున్ననీగానమహత్త్వమును నేడు వీనులవిందుగా విన్నాను, ఈభాగ్యము కలిగించిన దీరుచిమతి.

రు:—(చిఱునవ్వు) మి మ్మిచ్చటికి తెచ్చినదైవమే యిందుకు మూలము.

ఉ:—(సవినయముగా) యాదవేంద్రా ! తమపాదస్పర్శమున నాసద
నమును తమదర్శనమున నాజన్మమును పావనము లైన వని నే
నానందించుచున్నాను.

వి:—సుగసుందరీ ! నేను వచ్చినపనికి నేనే యంతరాయము కలిగించి
తిని. మఱికొంత సేపు నీగానమాధుర్యము కర్ణామృత మగు
గాక.

ఉ:—(వీణ పలికించుచు రాగ మెత్తుకొనును)

రు:—(శ్రుతి వేయుచుండును)

వి:—(ఆలకించుచు నానందించుచుండును)

కల్యాణి—ఆదితాళము.

కమలనయన । విమలమానసమునన్।
దలఁచెదన్ దిన । గొలిచెదన్। పల్లవి.
పరమపురుషుఁడవు । పరసుఖవరదుఁడ
వపారకరుణాభరితుఁడ వనంగ॥ అనుపల్లవి.
డెంద మురుతరానంద మొంద । సురమంగ
పొందువసుసుందరాంగి సిరి । మందహాసి
తములవిందుపసందు । లందుచూపులఁ
గనఁగను నను దయ।
వేద మెఱుఁగ ! మతవాద మెఱుఁగ।
జగదాదిదేవ । గతి నీదుపదనతి।

కల్యాణి—ఏకతాళము.

ఆలకింపవా? దేవా ! ఆదరింపవా? పల్లవి.
గానసుధారసపానలోలుఁడవు
వీణాగానమును వీనులవిందుగ। ఆలకిం॥

మనసుజగన్మోహనరూపముపయి
మునివి సదా నిను మననముచేసెడి
మునిసుత యూర్వశి యొనరుచు
వినుతులు — ఆలకిం... ...

వి:—హాయి హాయి! విదుషీమణీ! (చిఱునవ్వుతో) నీగానరస మా
స్వాదించి హృదయము పరవశ మైనది. ఆనందము పొంగిపొరలు
చున్నది. (లేచును)

ఊ. రు:—(వీణలు ప్రక్కలఁ బెట్టి లేతురు)

వి:—గానమూర్తీ! ఇది స్తుతి యనుకోకు నిజము చెప్పుచున్నాను.

చ. పురుషులయందు తుంబురునిపోలికఁ గాంతలలో విపంచికా
సురుచిరనిక్వణంబునకు జోడగుకంఠనినాద మొప్పఁ జా
తురి వెలయంగఁ బాడఁ గలతొయ్యలి యూర్వశి యంచు వింటి, శ్రీ
హరికృప నేఁడు వీనులకు హాయిగ గానము వింటి నెచ్చెలీ!

ఊ:—(సవినయస్మితముగా) సంగీతమందలియాదరాభిమానము లిట్లని
పించినవి గాని, యీ పాటిపాట మీరు వినకున్నారా?

వి:—విద్యాచాతుర్యమునకు వినయ మలంకారముగదా!-ఇం కెందుకు?
నాయభిప్రాయము తెలిపెద నాలకింపుము.

మ. తనశక్తిం బ్రకటింప దేవజనవిద్యాదేవి నారాయణుం
డనుమౌనీంద్రునియూరు దేశమున దివ్యత్కాంతిలావణ్యరం
జనరూపంబున నూర్వశీరమణియై జన్మించి సర్వాతిశా
యినియై విశ్వజనీనకీర్తి గనె నం చే నెంచెదన్ భామినీ!

ఊ:—(సిగ్గు నటించుచు) రాజులు పొగడించుకొనుటయే కాని, పొగ
డుట యెఱుఁగ రనుకొన్నాను.

వి:—(నవ్వుచు) నిజమే కాని, నా కీపాఠము నీగానమహిమ నేర్పినదే.

(తెరలో).

గీ. రోహిణీచంద్రు లన్యోన్యమోహవశతఁ
గలియుచుటి యని తారకల్ గగన వీథి
వెలయఁ జొచ్చెను రుచిమతీ! వేగ వచ్చి
ఇంట మణిదీపములు తీర్చి యేగవమ్మ.

రు:— ఇదిగో వచ్చుచున్నాను (నిష్క్రమించును)

ప:— (సకౌతుకముగా) ఇది చక్కని యుపశ్రుతి

ఊ:— (సాకూతస్మితముగా) మీచిత్తవృత్తి కట్లు తోఁచుట నైజమే.

వి:— సఖీ! నీవు భావజ్ఞురాలవు రసికురాలవు. ఇంకేల? సఖ్యము పచరించి యొక్కటి చెప్పుచున్నాను. సాదరముగా నాలకింపుము.

ఊ:—(కన్గవ విరియ సలజ్జముగా) సవినయాదరముగా నాలించెద.

వి:— మ. కలగంబాఱని కన్యకాత్వము జగత్కల్యాణగాంధర్వ ము
జ్జ్వలసౌందర్యము నిత్యయౌవనము దివ్యంబైనజన్మంబు ని
ర్మలభావంబు మనోజ్ఞభాషణ మసామాన్యానుభావంబు నీ
చెలిమింగూడి సుఖింపఁ గోర్కి గలిగించెన్నాకుఁగాంతామణీ

ఊ:— (క్రిందు చూచుచు నాలోచన మభినయించును)

వి:— (నివ్వెఱపాటుతో) అ దేమిచెలీ! భావగర్భితమగు నీపాటయు నీహావభావము లిట్లు ప్రోత్సహించుటచేఁ గాని, విశ్రుతుఁడు మన్నెన్నఁడైన వేశ్యను గోరియుండెనా?

ఊ:— (ఉలికిపడి చూచి) మహీవరా! అన్యథా శంకింపవద్దు. నేను సురవారకాంతను గాని, లోకములోని వెలవెలఁదిని గాను-మీ కోరిక నిరాకరించుదానను గాను-మీరు ప్రభువులు నాయభిప్రాయము తెలిపిన మీ రేమందురో యని యాలోచించుచున్నాను.

వి:— ఇది యొకజాణతనము గాని, ఎందుకో యేమో యందు
ముం దాలోచించుచున్నావా?

ఊ:— (చిఱునవ్వుతో) అట్లయిన చిత్తగింపుఁడు.

చ. సిరిఁ దులఁదూఁగుభూవరులచిత్తము కామమయంబు, క్రొత్తక్రొ
త్తరుచుల వాలుచుండుటయె దానిగుణం, బది గాక యున్న న
ప్సరసలఁ బోలునట్టికులభామిను లుండఁగఁ గంటఁబడ్డసుం
దరులకుఁ గోర్కెఁ జేయుదురె? నమ్మఁగవచ్చునె వారికూరిమిన్?

వి:— ఈయభిప్రాయము శ్లాఘ్యమే కాని, రాజు లందఱు నట్టివా
యని భావింపరాదు. అయుక్త మైనను నావిషయము
చెప్పకొన వలసివచ్చినది వినుము.

గీ. ఏకపత్నీవ్రతుండ నే నింతదనుక
నిదియె నానూత్నరుచి కెల్ల మొదలు, నమ్ము.
నన్నిటకుఁ దెచ్చి దైవంబు నిన్నుఁ జూపి
నామనసు ముంచె నీదుసౌందర్యలహరి.

ఊ:— (భయవినయములు) మహీరమణా! తెలియక నన్నమాట
మనసు నొచ్చిన దేమో! (అంజలి ఘటించి) మన్నింపఁ గో
డను. నిజముచెప్పుచున్నాను. ఇంతకు మున్నే మీసుగుణ
పద నాహృదయ మాకర్షించినది. కాని, ఒక్కసందేహ
మనురాగనిలయ మైనయంతఃపురము విడిచి యీకొండనెత్తి
లందు మీ రుండఁగలరా?

వి:— ప్రేయసీ! దీని కింత చింతింపనేల? నాకు నీ వున్నకొంప యం
పురంబు, నాకు నీ వున్నకొండ నందనవనంబు. (అని సమీ
చేయి చాపును)

ఊ:— (నాట్యమున పరిహరించి) మీయవ్యాజానురాగమున కా
దించితిని. కాని, యింకొక్కకోరిక—

— (తెల్లబోయి) ఇంకేమికోరిక?

ఊ:— క. ఏమీ యనుకోరు గదా?
నామాటలు విన్న మీమనం బెటులౌనో?
సామాన్యపుఁగోరిక గా
దేమందురు?_ చెప్ప మందురే? నరనాథా!

— చ. తలఁచిననీదుకోర్కె_ కవతారికయా యిది? లేక ప్రౌఢకాం,
తలసరిసోక్తిచాతురివిధానమ? కాక వినూతనత్రపా
వలయితముగ్ధభాషణవిభావమ? యే మనుకొందు? నాతవిం
దెలియఁ బరీక్షసేయఁ దలఁతే? యభిలాషము దెల్పు వేగమే.

ఊ. — (కులుకునవ్వుతో) ఉదారహృదయా! సమయ మడుగఁ గోరి జాగు చేసితిని క్షమింపుఁడు.

వి — ఇంకేమి సమయము ప్రేయసీ!

ఊ. — నాయనుమతి లేకుండా మీరు నన్ను విడిచిపోరాదు_ ఇదే నే గోరుసమయము.

— ఔరా! దీనికా యింతయాలోచన? దృఢతర మైనప్రేమబంధము గాని, యిది యొకసమయమా? నేను కోరవలసినది నీవు కోరినావా సరే యిచ్చితిని.

— (సానురాగవీక్షణముగా డాయుచు) పరమానందము_(తెరవంక చూచి) రుచిమతీ!

— (తెర తొలఁగించుకొని వచ్చి దివ్యకుసుమమాలికలు చెలియొక యిచ్చి వెళ్ళును)

(ఊర్వశీవిక్రము లొకరికంఠము నొకరా పుష్పహారమున
నలంకరింతురు).

(తెరలో)

—ం ముహూర్త స్సుముహూర్తో ఽస్తు

చ. జనవిభుఁ డైనవిశ్రుతునిసంగతి నూర్వశి గాంచు సప్తనం
దనులను యాదవాన్వయము ధాత్రిఁ బ్రసిద్ధికి నెక్క, నెందు క్రో
ష్టునికుల మం దనేకపురుషుల్ భువి నేలఁ గ్రమంబుగా జనిం
చినవసు దేవుగర్భమున శ్రీహరి పుట్టురో ధర్మరక్షకై!

(ఇరువురు సహర్షముగా నంజలి ఘటింతురు)

వి:—ప్రేయసీ! ఈశుభాశీర్వాదము గావించినవా రెవరో! ఆహా! గొ–
మాట వింటిని. మాయదువంశమున శ్రీహరి వాసుదేవుఁ
యవతరించు నఁట! ఈదీవనచే మావంశ మంతయు తరించినది

ఊ:—ప్రాణప్రియా! అదిగో చూడండి. ఆవిమానమునఁ బోవుచు
యష్టవసువులే దీవించినవారు.

వి:—ఎంతపుణ్యము? ధన్యుఁడను.

ఊ:—మీసాంగత్యమున నేను ధన్యురాలను.

ఇరువురు:—వసుదేవతలారా! వందనము వందనము.

(యవనికాన్తరితులై నిష్క్రమింతురు)

విశ్రుత్రోర్వశీయము

పంచమరంగము—యదురాజ సభామందిరము.

—ద్వారము వెలుపల ప్రతీహారి, రాజభటులు, నూతనపురుషుఁడు—

—కులమంత్రి భార్గవానందుఁ డాలోచించుచు ప్రవేశించును—

భా:—(సనిర్వేదహాసముగా) ఈశ్వరేచ్ఛ. జనప్రియుఁడైనపరిపాలకుఁ డనిపించుకొన్నవిక్రమతుఁ డచింతితముగా వనవాసి యైనాఁడా? వానప్రస్థము స్వీకరింపఁ దలఁచిననే నింకను రాజకార్యపంకమునఁ దిగఁబడి పోవుచున్నానా? ఔరా కర్మఫలము! అటు పట్టమహిషి మనోవ్యథ, ఇటు రాజ్యలక్ష్మిచీకాకు. డెబ్బది దాఁటి జీవించినందు కీదుఃఖభారమంతా నాపరమా? (మోమెత్తి) అంతే. దయాశీలుఁ డగువైద్యునిమాడ్కి—ధర్మచింతనుఁ డగుమంత్రి పరదుఃఖితుఁడు కాక తప్పదు—కానీ! ఈశ్వరీకరుణాకటాక్ష ట్లున్నదో!—ఎవ రక్కడ?

ప్రతీ:—(ప్రవేశించి) చిత్తము మహాప్రభూ!

భా:—ఎవరేని చూడవచ్చినవా రున్నారా?

ప్ర:—చిత్తము. ఒక రున్నారు.

భా:—పంపించు.

ప్ర:—చిత్తము. (వెళ్లును)

ఒక:—(ప్రవేశించి) మహామాత్యా! నమస్కారము.

భా:—రావోయి గిరినాథా! పశ్చిమజనపదవార్త లేమి?

గి:—(సంతోషముతో) ఎన్నని విన్నవింతు మహాత్మా! సకలసస్యఫలసంపన్నమై జనపద మంతా కలకల లాడుచున్నది. మఱియు—

గీ. శ్రీమహారాజ్ఞియాజ్ఞకుఁ జేతు లొగ్గి,
మసలుచున్నారు సకలసామంతవిభులు,
రామరాజ్యంబు మాతల్లిరాజ్య మనుచు,
సంతసించుచు నున్నారు సకలజనులు.

భా:—పరమసంతోషము. తరువాత—

గిరి:—ప్రాగ్దక్షిణవార్తలు విదితములు గదా!

భా:—అందలిసామంతులు విధేయులై కప్పము లంపియున్నారు.

గిరి:—ఇక నుత్తరదేశసామంతులలో చేది దాశ శబర పురరాజులు తిప్పఁ దక్కినయందఱు మహారాజ్ఞిశాసనమును శిరసా వహించి వశవర్తులైనా రనుటయే విశేషవార్త.

భా:—ఆత్రిపురాసురులగర్వ మణఁగినచో నిఁక నిశ్చింతయే.

గిరి:—సచివోత్తమా! తమశక్తిత్రయమునుం దాపురత్రయ మాఁగునా? ఇదిగో! కుమారమంత్రిగా రిచ్చినలేఖ.

భా:—(విప్పి చదువుకొని) గిరినాథా! నీ వన్నట్లయినది. (సంతోషముతో నిజాసన మధిష్ఠించి) శాత్రవాగ్ని శాంతించినట్లే.

గిరి:—అందు కనుమానమా? నేఁడు విజయవార్త వినమా?

గీ. దురభిమానదురాశలు పెరుగుఁ గాక,
వారు మనసేన నెదిరించి పోరువారె?
కడుపుమంట మనంబును గలఁచుఁ గాక,
కాలు ద్రవ్వునె గజము సింగంబుఁ గాంచి?

[తెరలో కలకలము]

ం:—అది గంగాదాసును జూచినయానందమే యనుకొందును.

ప్రతీ:—(ప్రవేశించి) దేవరా! చేదిరాజమంత్రిని చేతులు కట్టి తీసుకొని వచ్చినారు.

—బంధములు విడిపించి తీసికొనిరా.

ప్ర:—చిత్తము—(అట్లు చేసి వెళ్లును)

గం:—ఆర్యవర్యా! దయాహృదయా! క్షమింపుఁడు. రక్షింపుఁడు.

గి:—ఆఱునెలల క్రిందట నేను దర్శనము చేసినగంగాదాసుగారేనా?

గం:—(తల వంచుకొనుచు)

భా:—(కిన్కతో లేచి) నేఁడు కృతఘ్నునిమొగము చూచితిని. 'శాం
తం పాపం'

గం:—స్వామీ! దాసుఁడను.

భా:—స్వామిద్రోహివి. నమ్మినవారిగొంతుకలు కోయుజాతి నీది. నీ
పాప మిప్పటికి పండినది. విషజంతువుల వినాశమునకు వాటి
విషమే మూలము.

గం:— (చేతులు జోడించి వంగి) దోషినైతే శిక్షాపాత్రుఁడనే......

భా:—ఎందు కీప్రలాపము? ఆత్రిపురాసురులను గంగలో దింపినవాఁ
డెవఁడు? మాకు శ్రమ గలిగించినవాఁ డెవఁడు?

గం:—అదంతా నాదోషము కాదు—విచారణ చేయింపుఁడు.

భా:—రాజద్రోహివి. నీకు పుట్టగతులు లేవు. చేదిరాజును మహారా-
జును జేసి నీవు మహామంత్రిత్వము వెలిఁగింపవలె ననుకొ-
న్నావా? ఎంత దుశ్చింత?

గం:—లేదు లేదు మహాత్మా! పరాధీనుఁడను......

భా:—లోకజ్ఞానశూన్యు లాదాశశబరరాజు బిడ్డలు తో డయినంతనే
మీ జేనికి సామ్రాజ్యము వచ్చు నని యూహించితివా?

గం: (గద్గదస్వరముతో) మన్నించి నామనవి చిత్తగింపుఁడు.

భా:—ఇంక నోరెత్తకు. పట్టమహిషి సామ్రాజ్యము పాలించుట
శాస్త్రసమ్మతము కాదంటివా లేదా?

గం:—మహానుభావా! అది నామాట కాదు......

భా:—పాపము బద్ధులైన దని తెలిసి కూడా కా దనుచున్నావా!
ఎంతకైన తగుదువు—జ్ఞాతి యైనా చేదిరాజు వినయశీలుఁడు
సామ్రాజ్యభక్తుఁడు. అవినయతనికి పుట్టినబుద్ధి కాదు. నీవు
నేర్పినదే.

కం:—శివశివా!

భా:—గంగను స్మరించు. అదే నీకు గతి—ధర్మశాస్త్రనిర్ణయమున
నేఁడు నీవు బ్రహ్మర్షి వైనావా? భటు లెవ రక్కడ?

భటు లిరువురు:— (ప్రవేశించి చేమోడ్చి మ్రొక్కి) దేవరా! ఆజ్ఞ

భా:— ఈగంగాదాసును బంధనాగారమునకుఁ గొనిపొండు.

భటు:— చిత్తము మహాప్రభూ! (అట్లు కొనిపోవుదురు)

(తెరలో భేరీనినాదము)

కం:— (నవ్వుమొగముతో) అదిగో జయభేరి మ్రోఁగుచున్నది.

భా:— (సానందముగా) మహారాజ్ఞితపస్సు ఫలించినది.

[మరల తెరలో]

గీ. ప్రథితయాదవరాజ్యేందిరా! జయంబు,
దివ్యకీర్తీ! పతివ్రతాదేవి! జయము
నయవిశారద! భార్గవానంద! జయము,
శత్రుమర్దన! శ్రీకంఠ! జయము జయము.

గిరి:— అదిగో! వందిమాగధులస్తుతిగానము—(అటు చూచి) అదు
శ్రీకంఠమనీషి—

శ్రీ:— (సర్వసేనాధ్యక్షవేషముతో ప్రవేశించి) తాతపాదులకు వం-
దనము.

—:—కుమారా! చిరాయువు కమ్ము—రాజ్యము నిష్కంటకము గావిం
రాజఋణము తీర్చితివి. నాహృదయ మానందమగ్న మై

:— అది మహారాజ్ఞి తపోమహిమ. తాతపాదులయాశీః ప్రభావము.

భ:— ఆత్రిపురాసురుల నేమి చేసితివి?

శ్రీ:— (దరస్మితముగా) జీవగ్రాహముగాఁ దెప్పించి మనయారామ మందిరములఁ బ్రవేశపెట్టించితిని.

:— సాధుసమ్మత మైనపని చేసితివి–అక్కడ?

శ్రీ:— ఆమూఁడుమండలములు రక్షింప మనముగ్గురు సేనానులను నియమించితిని. అనంతరకర్తవ్యము తమ రాలోచింతురుగాక.

:— సరే. నేను మహారాజ్ఞికీవృత్తాంతము విన్నవింప నేగెదను. ఇఁక మీపనులు మీరు చూచుకొనండి.

[అందఱు నిష్క్రమింతురు]

—o—

విశ్రుతోర్వశీయము

షష్ఠరంగము—దుర్గప్రాకారములోని దుర్గామందిరము.

పట్టమహిషి పతివ్రత తపస్వినీ వేషముతో మల్లిక వెంటరాఁ బ్రవేశించు

పతివ్రత:— (బద్ధాంజలియై నిలచి)

శ్లో. శ్రీమాతా శ్రీమహారాజ్ఞీ భక్తాభీష్టప్రదాయినీ
రాజరాజేశ్వరీ దేవీ పాతు మాం జగదీశ్వరీ.

[అని పఠించి మానసికారాధన మాచరించుచుండును]

మల్లిక:—(పాడుచుండును)

శ్రీ రాజరాజేశ్వరీ!
సేవింతు నినుఁ గోరి శీతాచలకుమారి! శ్రీరా—
రావమ్మ శర్వాణి! రాజశేఖరురాణి!
నీలాంబుధరవేణి! నీరేజమృదుపాణి! శ్రీరా—
రత్నసింహాసనము రంజిల్లఁ గూర్చొనుము,
అఖిలోపచారమ్ము లర్పింతుఁ గైకొమ్ము, శ్రీరా—
పున్నాగమందారపుష్పాల మనసార,
నర్చింతుఁ బూదండ లర్పింతు మెడనిండ, శ్రీరా—
కర్పూరదీపాలు కస్తూరిధూపాలు
తేజ స్తిమిరమ్మైత్రి తిలకింపు శుభగాత్రి! శ్రీరా—
పండుతాంబూలంబు బంగారుపుష్పంబు
ఆత్మప్రదక్షిణము లంబా! సమర్పణము. శ్రీరా—

పతి:— (దేవీపాదకుంకుమ ఫాలమున ధరించి దోసిలి ఘటించి)

ఉ. పతినెడఁ బాపి నన్నుఁ బలుబాములఁ బెట్టుచుఁ గొంటిపాప మీ
గతిఁ బదునాలుగేండ్లు నిను గట్టిగఁ గొల్చినఁ గూడఁ బోని పో

బ్రతికినదానఁ గాక మొఱ బాసినదానను గాక యెట్టులీ
క్షితిఁ బడి యుండఁజాలుదు? నిసీ! కను లుండియు గ్రుడ్డిదాననై.

తల్లీ! నే నీవిరహాబ్ధి నీఁదఁ జాలను. ఈయవమానము భరింపఁ జాలను.

ఉ. పతివిరహార్తయైనపతివత్నికి లోకము జీర్ణకాననం
బతినిబిడాంధకార మని యమ్మ! యెఱుంగవె? యాత్మహత్య దు
ర్గతి కగుఁగాక, యీబ్రతుకుకంటె నదే సుఖమంచుఁ దోఁచె నా
మతి కిపు, డైన నింక నొకమాసము చూచెద నీకృపాప్తికిన్.

[తెరలో] మల్లికా!

ప:—ఎవ రది ! చూచిరా !

మ:—(వెళ్లి వచ్చి) కణ్వమహర్షిగారు దయచేసినారఁట !

ప:—(ఆశ్చర్యముతో) ఎంతపుణ్యము ! కులగురువులే ! తల్లి కరుణించినది. ఎక్కడ నున్నారో !

మ:—పెద్దమంత్రిగారు వారిని గురుమందిరములో ప్రవేశపెట్టినారఁట !

:—అమ్మా ! నమస్కారము—మల్లికా పద ! పద (పరిక్రమింతురు

మ:—అరుగో మహర్షులు !

[ఉచితాసనాసీనుఁడై కణ్వుఁడు ప్రవేశించును]

:—నీ వీద్వారముకడ నుండుము. (లోనికిఁ జని యంజలి గూ-
మహాత్మా గురువరా ! వందనము.

:—సౌభాగ్యవతీ భవ. (తేఱి చూచి) ఎవ రమ్మాయీ !

:—గురువర్యా ! శిష్యురాలు పతివ్రత—

:—(లేచి) ఏమిటీ ! పట్టపుదేవివా ? ఔరా! ఎంతమార్పు !

గీ. రాజరాజేశ్వరీదేవిపూజ చేయు
పట్టమహిషికిఁ దోడుగాఁ బరగునట్టి

యగ్ర·లకాంతి నైనముక్తైదు వనుచు,
పొరపడితి నమ్మ ! నినుఁ జూచి పుణ్యసాధ్వి !

కుమారీ ! నీ ధర్మాచరణము వనితాలోకమున కుత్తమోదాహరణము.

ప:—(డగ్గుత్తికతో) పూజ్యపాదుల దర్శనమున నాదుఃఖము పొంగివచ్చు చున్నది. (విషాదము)

క:—కుమారీ ! లోకజ్ఞురాలవు. ధైర్యమే శరణము.

ప:—(కన్ను లొత్తుకొని) ఎంత కని మహాత్మా ! ఆసేతుహిమాచ మాఱుసార్లు వెదకించితిని. ఎక్కడా ! (దుఃఖము) నాజీవితే రుఁడు క్షేమముగా నున్నట్లు తమదివ్యదృష్టికి గోచరించెనా

క:—అతఁడు సుఖముగా నున్నాఁడు విచారించకు.

ప:—ధన్యురాలను మహాత్మా ! ఆమాట చాలును. దయచేసి మలంకరింపుఁడు.

క:—(అట్లు చేయును)

ప:—నూతనరాజ్యలక్ష్మిని గూడా స్మరింపక యింతకాల మెందుండెనో హేతు వేమో ! !

క:—ఏమి చెప్పను కుమారీ ?

ప:—(దగులుతో) అంత చెప్పరానికారణమా స్వామీ ! (గొ... యొగ్గి) నామనస్సు పరిపరివిధములఁ బోవుచున్నది … …

క:—అధైర్యపడకు (లేచి) ప్రమాద మేమీ లేదు.

గీ. ఎక్కడుండిన నేమి? యదృష్టశాలి
నిత్యకల్యాణసుఖభోగనిష్ఠ నుండె,
రాజ్య మనుమాట యేమి? సర్వంబు మఱచి
యైహికానందమూర్తియై యలరుచుండె.

ప:—(ఆశ్చర్యచకితయై) ఏమి టిది మహాత్మా! నాయార్యపుత్రుఁ త్మజ్ఞుఁడు. అంత మఱపా? ఎంత వింత!

ఉ. ఆడినమాట తప్ప, రెదు రాడరు పెద్దల, కన్యకాంతలన్
జూడరు కోర్కెమై, శరణువొచ్చినశత్రువు నైనఁ గిన్కఁ జో
నాడరు, ధర్మనిష్ఠ దిగనాడ, రహో సుగుణాలవాల! మే
నాఁడును లేనియామఱపు నాదురదృష్టము తెచ్చి పెట్టెనే?

—కాల మొక్కరీతిగాఁ గడచునా? మంచిచెడ్డ యగును. చెడ్డ మంచి యగును. అది లోకమునైజము. ప్రపంచమునం దసంభావ్య మేదియు లేదు. నీ వెఱుఁగని దే మున్నది?

—ఏమిది మహాత్మా! నామనస్సు కలవరపడుచున్నది. దిక్కు చూపరా?

క:—కుమారీ! విచారించి వినవలెను గాని తొట్రుపడరాదు

గీ. అప్సరోగిరి చూడంగ నరిగి యచట
నూర్వశిని గాంచి మోహించి యొడలు మఱచె

—అయ్యో! ఎంతపాపము! ఎంత ఘోరవార్త? కర్ణశూలము మనశ్శల్యము. హాహా! [తల చేతులఁ బట్టుకొనును]

—గీ. దానితోఁ గూడి యుండె నిందనుక, నిపుడె
తెలివి యొక్కింత వచ్చిన తెరువు తోఁచె.

—ఇంకేమి తెలివి? హా దైవమా! నాపరమానురాగభాజనమగు యాదవరత్నమును వేశ్యమెడ గంటఁగట్టితివా? హా పరమేశ్వరా! ఇది యావజ్జీవదుఃఖమే. (మూర్ఛిల్లును)

—అయ్యో ప్రమాదము! స్త్రీహృదయము దుర్బలము కదా! ఎవరక్కడ?

(తెరలో) చిత్తము చిత్తము.

మల్లిక:— వచ్చి) అయ్యో! - ఎంతకష్టము తల్లీ! (లేవ నెత్తి) అమ్మా మనసు నిలపండి (కన్నులొత్తి మెడ నిమురును)

—(నిశ్వసించి చూచి) నీ వెందుకు వచ్చినావు? పో! (తోచును)

చి:—చిత్త మమ్మా! (వెడలును)

క:—అయ్యో కుమారీ! కడపటిమాటవల్ల కొంచె మైనా దుఃఖము శాంతించు ననుకొన్నాను గాని మితి మీఱు ననుకోలేదు. ఎంతపని జరిగినది ?

ప:—(ధైర్యము నటించి) గురువరా! మేలే జరిగినది. నాదుఃఖ మొక్క మాఱు తుదముట్ట పొంగి మొదలంట నణఁగంటినది. ఇఁక దుఃఖమే లేదు—

క:—ధీరశాంతవు గదా! మనసు చేపట్టు—

ప:—స్వామీ! ఇది పరాకుమాట కాదు. మనోనిశ్చయముతో నన్నఁ

గీ. తనువు లేవేఱుగాని చిత్తం బొకండు
గాఁగ నన్యోన్యగాఢానురాగ మలర
నున్నయావేడ్క మరల నా కొదవఁ బోదు
మరులు గొన్నట్టియామది తిరుగఁబోదు.

ఇఁక నిరాశా పరమం సుఖ మ్మను సూక్తియే శరణము.

క:—అట్లనరాదు. కొలఁదిదినములలో నీకు పతిసందర్శనభాగ్యము పట్టనున్నది.

ప:—మహర్షులమాట యమోఘము. మహారాజదర్శనము మహాభాగ్యము. అయితే! అనుచితకామవర్తనమున వచ్చినపాతిత్యముమాట యేమి ?

—(సస్మితముగా తలపంకించుచు నాలోచించుచుండును)

క—[తీవ్రదృష్టితో] ఆహా! కామ మెంతకైనా తగును.

ఉ. నీతి దలంపనీక కులనిందకుఁ జింతిలనీక రాజ్యవి
ఖ్యాతి గణింపనీక సతియం దనురాగము నిల్వనీక యా
శాతలనాఁటిభోగినికి దాసుని జేసితె యాదవేంద్రు ? నా
హా! తలపోయ నెట్టి పురుషార్థముఁ జేసిరొ నిన్నుఁ గామమా ?

క:—[చిఱునవ్వుతో] పతివ్రతా ! సధర్మ మైనకామము పురుషార్థమే.

ప:—[గోసిలి యొగ్గి] భర్తదోషము లెన్నరా దందురు. క్షమింపుఁడు.
ఇపుడు యాదవేంద్రునికామ మెట్టి దందురు ?

క:—గృహస్థధర్మవిరుద్ధము గావున దూష్య మనక తప్పదు.

ప:—స్వామీ ! నమస్కారము. ఇఁక నిరాశ గాక మఱేమి ?—దేవీ
జగదీశ్వరీ ! ఇఁక నీపాదసేవనమే నాకు ముక్తిసాధనము.

క:—మహారాజ్ఞీ ! చిత్తశాంతి లేనిభక్తి విరక్తులు నిలచునా ?

చ. తెలిసినదాన విట్టిపరిదేవన మెందుకు ? నీకు నీశ్వరీ
బలమున నెల్ల చక్కఁబడు, భర్తృసుఖంబును బుత్రలాభముం
గలుగును, నీసుతుం డవనినాయకుఁడై నుతి కెక్కుఁ గష్టముల్
తొలఁగెను సంపదాళిఁ దులఁదూఁగెద వింకఁ బతివ్రతామణీ !

ప:— (ఆశ్చర్యానందములతో వంగి నమస్కరించి) మునీంద్రా! ఈ
యమృతవాణి నాచిత్తశాంతికి మూలము—అయితే ముందుగతి
యేమి?—

:— గతి కేమి? దోషమునకు ప్రాయశ్చిత్తము లేదా?

:— (ఉలికిపడి) గురువర్యా! ప్రాయశ్చిత్తమా? అ దెట్లు?

:— భయ మేమి? ఔను. ప్రాయశ్చిత్తము పాపహరణము—అత
యొద్దకు పంపుము.

:— అది నాతరమా?

:— జంకేల? మహారాజ్ఞివి కదా! నీతి నుపయోగింపుము.

[తెరలో-ఘంటానాదము]

:— కుమారీ! మాధ్యందినకృత్యములవేళ యైనది.

:— చిత్తము మహాత్మా! వందనము.

[ఇరువురు నిష్క్రమింతురు]

విశ్రుతోర్వశీయము

సప్తమరంగము—కొలువుకూటము.

—♦ రత్నసింహాసనమున మహారాజ్ఞీచిత్రపటము ♦ –

[సింహద్వారమున తెర వాలియుండును]

—♦ కొలువుకూటము ప్రక్క మంత్రికచేరీ చావడి ♦—

భార్గవానందుఁ డొక్కఁడే యాలోచించుచు కూర్చుండి ప్రవేశించును।

భా:— కష్టములు కాఁపురము చేయ వందురు గాని, నాకష్ట మట్టిది కాదు—పాదుకొని పోయినది (ఎడమచేత కపోలముచేర్చి) ఇఁక కేమి వెదకింపను? జౌరా! ఎంత వింత? (నిశ్వసించి) హా! ఎం.. పనిచేసితివి విశ్రుతా! ఎందున్నావు నాయనా !!

శ్రుతుఁడు:— (అదృశ్యరూపమున ప్రవేశించి మంత్రిప్రక్కనున్న యుచితాసన మధిష్ఠించి మంత్రిని చూచి సవిచారము– సత్యమే, ఘోరకృత్యమే–

భా:— రాజ్యము యథాపూర్వముగా స్థిరపడినది, నేను కణ్వాశ్రమ నకు పోవచ్చు ననుకొంటే, యెప్పటి కప్పుడే, ఆతల్లిదుఃఖము నన్నిల్లు కదలనీయ కున్నది—

వి:— అయ్యో! (తల వంచుకొనును

భా:— ఇఁక నాకర్మ మింతే కాఁబోలు! (అని చేయి వాల్చి, యులికిపడి లేచి, ఏమి టీవింత! శరీరస్పర్శ మైన ట్లున్నది. (వెనుక కడు వేయుచు నెడమప్రక్క చూచి ఎవరును కనఁబడరే! భ్రాం పడ్డానా? అయ్యో!! భ్రాంతి కాదు (ఆశ్చర్యముతో నిట్ట– చూచును

వి:—(లేచి దృశ్యుఁడై బద్ధాంజలియై) ఆర్యా! నమస్కారము.

భా:—[పివ్వోఅపడి] ఎవ రయ్యా! [తేఱి చూచును]

వి:—అయ్యా! నేను విశ్రుతుఁడను.

భా:—విశ్రుతుఁడా? మామహారాజవిశ్రుతుఁడేనా? [ఆపాదమస్తకము చూచును]

వి:—ఆర్యవర్యా! సంశయింపకండి. మీశిష్యుఁడైన విశ్రుతుఁడే—

భా:—కంఠస్వర మదే కాని, రూపము...నాదృష్టిదోషమా? [సమీపించి] నాయనా! ఖేచరవిద్యలు నేర్చినావా? [కౌఁగిలించి కన్నీరొలుక] మారత్ననిధి మాకు దొరకినదా? బ్రతికియున్నందుకు నిన్నుఁ జూచుభాగ్యము పట్టినది [కన్ను లొత్తుకొనుచు] ఇంత కాలము—

వి:—మీరు పెద్దలు లోకజ్ఞులు వివిధవిద్యాపారంగతులు నాగురువులు. మీ కే మని విన్నవింతును? కర్మఫలము తప్పించుకొనఁ దరమా?

భా:—నిజమే—కాకున్న సాధ్వీమణి యైనమహారాజ్ఞి కంత దుఃఖమా! కాలము సమీపించిన నా కింతభారమా! [కన్నులు తుడుచుకొనును]

వి:—[తల వంచుకొని సవిచారముగా] అయ్యో! ఇఁక నేను దేవిమొగ మెట్లు చూతు నార్యా!

భా:—ఆతల్లియవస్థ చెప్పఁదరమా నాయనా? ముందు కబురు పంపి వత్తు నుండుము—

వి:—ఆకబురు తరువాత—ముం దీచిత్తరువు పంపండి. [అని తనచిత్రపట మిచ్చును]

భా:—[రాజుమొగము చిత్రము పరిశీలించుచు] అయితే, ఇది కామ రూపము కాదు. ఇప్పటినిజరూపమే. ఔరా! భాగ్యవంతు డెక్కడున్నా భాగ్యవంతుఁడే.

వి:—[చిఱునవ్వు]

భా:—ఏ మీయపూర్వముఖలావణ్యము! [అది కొనిపోయి దేవికి పం
పించి వచ్చి] నాయనా! ఇంతకాల మెం దున్నట్టు? భరతవర్ష
మంతా గాలించినాం, ఎక్కడా ... ...!

వి:—ఏమి చెప్పుదు? దైవము చూపినచోట నుంటిని. ఇంకెందు కా
గొడవ?

భా:—ఎం దున్నావో గాని, నీముఖకాంతినిబట్టి చూడ నాప్రదేశము
లోకోత్తర మని తోఁచుచున్నది. పట్టమహిషికి నీచిత్రము
విచిత్రముగా తోఁచును—అబ్బా! ఆదేవిమాట తలఁచుకొంటే
కడుపు చెఱు వగునుగదా!

వి:—[సవిచారముగా] దైవలీల ... ...

భా.—పదునాలుగేండ్లు శ్రీరాము నడవికి గెంటిన దైవముకూడా యిం
ఘోర మైనది కాదు. ఆసతీమతల్లిని సీతను రాముని వెంట నుం
నిచ్చినది. ఈదైవ మీసాధ్విని పతివ్రతాదేవిని—[డగ్గుత్తిక]

వి:—[సానుశయుఁడై] ఆర్యా! మన్నింపుఁడు. హృదయ ముడికి
పోవుచున్నది.

భా:—అయితే, దేవికి ప్రతికూల మైనా యీదైవ మన్నివిధముల
నీ కనుకూల మైన దనుట నిజము. ఏమందువా?

చ. తొలుతటినాలుగేండ్లు కడు దుష్కర మయ్యెను నీవు కోటకుం
దొలఁగినసందు గన్నరిపుదుర్మతిచే యమురాజ్యరక్ష, యా
యలజడి యేమిచెప్ప? జగదంబను గొల్చెడిదేవిసత్త్వపో
బలమున దక్కెఁగాక కనవచ్చునె యాదవరాజ్య మింతకున్?

వి:—[నిట్టూర్పు పుచ్చి] ఆమహారాజ్ఞిపాతివ్రత్యమహిమకు వంద
నము. నయకోవిదు లగుదివానమంత్రశక్తికి నమస్కారము. ఇ
రాణిని జూచి యపరాధము మన్నింప వేఁడెదను.

సప్తమరంగము:

[తెరలో ఘంటానాదము]

♦సింహద్వారము తెర పైకిలేచును—వందిమాగధులు ప్రక్కలనుందురు♦

భా:—సరే ! [రాజుచెయ్యి పట్టుకొని ధర్మాసనము వంక నడుచును]

వి:—ఇ దెందుకు ?

భా:—ముందు సింహాసనము చూచి పిదప—

వి:—[కన్నెత్తి రెండవ గద్దెవంక చూచి] దేవి సింహాసనముపై నున్న దని చెప్పినారు కారేమి ?

భా:—మఱచినావో భ్రాంతిపడినావో ! దృష్టి నిలిపి మరల గద్దెవంక చూడుము.

వి:—(కన్నులు తుడుచుకొని చూచి) ఔరా ! చిత్తరువా ? ఎంత భ్రాంతి ? (సవిచారముగా) ప్రమత్తుఁడను వంచకుఁడను—

గీ. రాజ్యలక్ష్మిని మించినరాజ్యలక్ష్మి
ప్రాణమునకన్న నెక్కుడు ప్రాణ మనుచు,
వఱలి మూర్ధాభిషేకోత్సవంబునాఁటి
దేవిరూపంబు నేనె చిత్రించినాఁడ.

[ఇరువురు గద్దెచెంతకు వత్తురు]

[తెరలోసాయాహ్నమంగళారావము]

—♦ ద్వారమున వందిమాగధస్తుతి ♦—

వం:—సీ. ఏరాశిధర్మరాజ్యారంభవిధులఁ గృ
తంబుగా మాఱె నీద్వాపరంబు ?
మా:— ఏవ్రతశీలపాతివ్రత్యమహిమ కా
బాలగోపాలంబు కేలు మోడ్చు ?
వం:— ఏపట్టమహిషియాజ్ఞాప్రత మఖిలసా
మంతవర్గము దాల్చు మస్తకమున ?
మా:— ఏవిశ్రుతార్ధాంగియీవి భూవిశ్రుతం
బై యర్థిసంతృప్తి నాచరించు ?

వం:— గీ. ఆమహారాజ్ఞి పుణ్యసాధ్వీమతల్లి
మా:— భవ్యయాదవసామ్రాజ్యభాగ్యలక్ష్మి
వం:— ధీరశాంత పతివ్రతాదేవి కీర్తి
మా:— పండువెన్నెలమాడ్కి విశ్వంబునిండె.
వి:— (ఆనందపరవశుఁడై రాణిపాదము లంటును)
వం: — గీ. అఖిలరంజనపరిపాలనా! జయంబు
మా:— సకలసామంతవందితాజ్ఞా! జయంబు
వి:— నన్నుఁ జూచి సామంతరాజనుకొన్నాఁడా యేమి?
భా:— నిన్నుఁ జూడలేను. అట్లనుకోలేను. ఇది నిత్యస్తవమే.
వం: గీ. రత్నసింహాసనాధికారప్రభావ
దీపనీ! పతిభక్తిమూర్తీ! జయంబు.
వి:— (చేతులు జోడించి) దేవీ! నీవిఖ్యాతి వీనులవిందైనది.
భా:— ఇఁక నంతఃపురమున రాణిని దర్శింపుము—నే నుండను. (యవనికాంతరితుఁడై వెళ్ళును)
[అంత రాజు చిత్తరువు చూచుచు విచారించుచున్నపతివ్రత తపస్విని వేషముతో నొకవంక ప్రవేశించును]
వి:— (పరిక్రమించుచు) అక్కటా! కాళ్ళు తడఁబడుచున్నవి—హా దేవీ! ...
ప:— అయ్యో! ఎంతటిభాగ్యహీనురాలను?— ఆవయస్సట్టే నిలచినది! ఆలావణ్యము రెట్టింపైనది? ఎంతచిత్రము? ఏమిమహత్త్వము! ఔరా! నన్ను చూచి యేమనుకొందురో! యేమందురో!!
వి:— ప్రేయసీ! గుండె దడదడ లాడుచున్నది. ఎట్లు చూతునో! ...
ప:— హా! ఆర్యపుత్రా! మీరు సౌందర్యకాములు. నాతపస్సు ఫలించినది. (సవిషాదముగా) ఆనాటిరూపమే నచ్చలేదుగదా! ఈనాటినారూపము మీకు నచ్చునా? అయ్యో!!
వి:— సతీమణీ! రూపమోహమున పాపమొనరించితిని. ఈ ద్రోహి నెట్లాదరింతువో! నిన్ను నెట్లు చూతునో! హా! హా!

ప:—(నిశ్వసించి, హా! ఆర్యపుత్రా! మి మ్మెట్లు చూతునో! లజ్జా శోకావమానములు మనస్సును కలచివేయుచున్నవి— గురువరా! ఏమందునో, ఏమి పాపము తెచ్చుకొందునో!—మీదీవనయే నాకు దిక్కు.

గీ. ఎట్లు లోర్చితినో దుఃఖ మింతకాల,
మింతబాధ యెఱుంగ ని దేమివింత?
నోము పండెను విభుని గన్గొందు ననఁగ,
భగ్న మగుచుండె హృదయంబు పట్టఁజాల.

వి:—[అంతిపురమున నడుగుపెట్టును]

మల్లిక:—[తెల్లఁబోయి చూచి] దేవా! ఇట్టిటు... ... ...

వి:—[కలయఁజూచి] ఇది శ్రీనివాస మేనా? అయ్యో! ఆశోభ యేది?

ప:—తల్లీ! ఈశ్వరీ! నానోట నెట్లు పలికింతునో! [విషాదము]

వి:—గీ. దేవిచందంబు ముందుగాఁ దెలిసికొనఁగ,
రాణివాసంబు నాకుఁ బ్రమాణ మయ్యె,
అమ్మహాదేవిపాదంబు లంటి మ్రొక్క-
నర్హతయు లేనిపతితుండ నైతి నేను.

మ:—అదే రత్నపీఠము విచ్చేయుఁడు [చూపి వెళ్లును]

వి:—[తల వంచుకొని దోసిలి యొగ్గి] దేవీ! దోషిని క్షమింపుము [విషాదము]

ప:—[పాదము లంటి మ్రొక్కి] ఆర్యపుత్రా! హా! హా! [దుఃఖము]

వి:—రక్షించు రక్షించు. [కాళ్ళపైఁ బడును]

ప:—[ఏడ్పుగొంతుతో] అయ్యో! నా కీపాపముకూడా......[లేవనెత్తును]

వి:—దేవీ! నో రాడ కున్నది. [విచారము]

ఔ:—[దుఃఖముతో] నాథా! నాకీజన్మలో దర్శనమే లభింప దనుఁ కొన్నాను [చేతులు పట్టుకొని] కంటఁ బడ్డారు. ఇదే పదివేలు. (కన్నీరు)

వి:—దేవీ! వద్దు వద్దు. నీవు దుఃఖించిన నాగుండె పగిలిపోవును [తన కన్నులొత్తుకొని యామె కన్నులొత్తి బుజమునఁ జేయి వైచి తేఱిచూచి గద్గదస్వరముతో] అయ్యో! దేవీ! [కన్నులు మూసికొని వెనుక కడుగు వేసి] ఈ వేష మేమి ప్రేయసీ! [విచారము]

ఔ:—(సవిచారముగా) భర్త ప్రవాసమం దున్నపుడు భార్యకు విహితమైనవేష మిదేకదా!

వి:—ఔరా! ఎట్టిరూప మెట్లయినది? (ప్రక్కకు చూచుచు) అయ్యో

సీ. చలినీట నిత్యంబు స్నాన మాడుదు వందు
చాయ మాసినశిరోజములు దెల్పు,
పైడిచీరలు పచ్చపట్టుచీరలు దరిఁ
జేర నీవని కావిచీర దెల్పు,
తారహారాద్యలంకారధారణము కో
ర వటంచుఁ బసుపుసూత్రములు దెల్పు,
కస్తూరితిలకంబు గైసేయ వని పూజఁ
బెట్టిన కుంకుముబొట్టు దెల్పు,
గీ. పతిప్రవాసంబు పేర నీపట్టినట్టి
వ్రతము నీమేనిసొంపు తార్మాఱుచేసి;
కటకటా! పాపినైన నాకన్ను పొడిచి
చెట్టనగు నామనంబునఁ జిచ్చు వెట్టె.

దేవీ! క్రూరాత్ముఁడను. వంచకుఁడను. నీమొగము చూడఁజాలకున్నాను. (విషాదము)

చ:—(దుఃఖముతో) అది నాపాపము గాని మీదోషము కాదు. ధీర
హృదయులు విచారింతురా ?

వి:—[సూందు చూచుచు] ఘోరము—ఘోరాతిఘోరము !

గీ. దుర్గిమ్యాదికి నన్నట్లు త్రోసినావు
దేవి నిట్లు తపస్యకు దింపినావు
శ్రీనివాసంబుసొంపు హరించినావు
దైవమా ! నీమహాత్మ్యంబు దారుణంబు.

(క్రిందు చూచుచు) సాధ్వీమణీ ! నిన్ను చూడ లేకున్నాను.

చ:—[డగ్గుత్తికగా] పదునాలుగేళ్ళనుండి మహారాజా !

వి:—ప్రాణేశ్వరీ ! చంపకు. అది గాదు, ఈవేషము చూడ లేకున్నాను.

చ:—[గద్గదస్వరముతో] ఔను. వేశ్యావేషమువలె నిల్లాలివేష మింప
గునా ?

వి: [కన్నులు మూసికొని చేతులు జోడించి] జీవితేశ్వరీ ! నాపరమ
రహస్యము కనిపెట్టిననీపాతివ్రత్యమహిమకు నమస్కారము—
కాని యిది మునుపటియిల్లాలివేషము కాదు.

చ:—అయ్యో ! నే నేమిచేయుదును ? ఇది మీ రిచ్చినవేషమే కాని
నేను కోరుకొని తెచ్చుకొన్నది కాదు.

వి:—క్షమించు దేవీ ! క్షమించు—నీధర్మాచరణము జగదేకవంద్యము—
నీచెంత చేరితిని గదా! ఇఁక నెందుకు? ఇది మార్చి వెనుకటి
రూపముతో దర్శన మిమ్ము ధన్యుఁడ నయ్యెద.

చ:— (సవిషాదముగా) ప్రాణనాథా! అది భ్రాంతి. గాని మార్చితే
మాత్రమింతలోనే రంభ నగుదునా? ఊర్వశి నగుదునా?
ఆయపూర్వలావణ్యమున కీరూపము నచ్చునా?

వి:— హాహా! నాగుట్టంతా బట్టబయ లైనది— దేవీ! క్షమించు.
ప్రాణేశ్వరీ! రక్షించు!

ప:—(విషాదముతో) ఎక్కడి ప్రాణేశ్వరి? అనురాగస్థానము సౌశీల్యమో సౌందర్యమో, ఆర్యపుత్రుని హృదయమే యెఱుగును.

వి:— హా సతీ! చచ్చితిని. అజ్ఞానిని (విషాదము) నీ వెప్పుడు నన్నే డ్పించు చున్నావు.

ప:—(దుఃఖముతో) సత్యము-తెగించి దేహము విడునిక మీ కష్టోపచార మొనరించితిని. క్షమించండి-

వి:— ఛీ విస్మృతా! నీ కీకత్తిపోటు చాలదా? (నిశ్వసించి) దేవీ!

ఆ. సగము చచ్చి వచ్చి శరణన్నవాఁడను
కనికరించి నన్నుఁ గావఁ దగును.

(క్రిందు చూచుచు నంజలి ఘటించి యుండును)

ప:—(దుఃఖము పొంగి పొరల)

ఆ. అప్సరోఽద్రిమీద నర్ధాంగ ముంచుట
కతన నీసగంబు గాసిఁ జెందె.

(అని విలపించును)

వి:—ప్రాణేశ్వరీ! దాసుఁడను శరణార్థిని, అపరాధిని (కాళ్ళు పట్టుకొని) యాదవసామ్రాజ్యధురీణవు. తగినశిక్ష విధించి ఈపాపి పునీతుని గావింపుము.

ప:—(లేవనెత్తి) ఆర్యపుత్రా! నాకు పరముకూడా లేకుండఁ జేయుదురా? నిజము పలికియు భర్తమనసు నొప్పింపరా దని యెఱుగుదును. దుఃఖావేశమున నే మంటినో! నాథా! నమస్కారము క్షమింపుఁడు. (పాదము లంటి మ్రొక్కును)

వి:—ప్రేయసీ! నీమనసు నొప్పించినవాఁడను నేను. తప్పునాది

ప:—అది కామదోషము కాని మీదోషము కాదు. దాని ప్రభావ మచింత్యము విచిత్రము-

వి:—ఇది కులదేవతవాక్కు. దేవీ! సత్యము సత్యము.

ప:—కర్మవశమున మీకామము గృహస్థవిధుల నతిక్రమించినది. ధర్మరహిత మైనకామము నరకహేతు వందురు. (విచారముతో) ఏమి చేయఁదగునో శోచించుచున్నది.

వి:—సంశయ మేమి? పాతివ్రత్యమూర్తివి తపస్వినివి, తగినప్రాయశ్చిత్తము విధింపుము.

ప:—(సవినయముగా) ఆర్యపుత్రా! ఆయధికారము కులగురువులకు మాత్రమే కలదు.

వి:—[జంకి] అయ్యో! ఆమహర్షి మొగము చూడఁగలనా?

ప:—[తల వంచి] గత్యంతరము కనఁబడదు. వంశాచార మతిక్రమింపరాదుగదా!

వి:—కానీ! మహారాజ్ఞివి. నీశాసన మనుల్లంఘనీయము.

ప:—ఆర్యపుత్రా! అట్లనరాదు, మహర్షులధర్మశాసనమును లోకమంతయు కట్టుపడవలసిన దే. మీరు లోకశాసనులుకదా!

వి:—సరే! కణ్వమహర్షిని సందర్శింతును.

ప:—[సంతోషముతో] మీహృదయపరివర్తనమున కానందించితిని. [చేతులు పట్టుకొని] నమస్కారము. నాదుఃఖాలాపము క్షమింపుఁడు.

[తెరవాలును]

విక్రమోర్వశీయము

అష్టమ రంగము—హిమాలయమార్గము

—• పాదచారి యగువిక్రముడు ప్రవేశించును •—

— (మోమెత్తిచూచి) దేవీ! కులగురునియోగానతిని ప్రాయశ్చిత్తవిధికి పోవుచున్నాను. ఇది విన్నచో నీవు సంతాపింతువో సంతోషింతువో! అమృతకుండమున స్నానము చేయుచు దినమున కొకవేలచొప్పున పన్నెండురోజులు గాయత్రీమంత్రము జపించుమని యాదేశించిరి. నాలుగుదినములు పర్ణభక్షణము నాలుగునాళ్లు నీరభక్షణము కడపటినాలుగువాసరములు వాయుభక్షణము విధించిరి. ఇందుకు విచారము లేదుగాని భూమిపై కాలినడకను పొమ్మని సెల విచ్చిరి గదా! నావియద్గమనశక్తి నెఱింగి విధించినశిక్ష యిది—అబ్బా! ఎక్కడికణ్వాశ్రమము? ఎక్కడిహిమాలయగర్భము? శ్రీహరీ!! చేసినకర్మ మనుభవింపక తీరునా?—ఇంకా రెండామడ యున్నదట! (నడచుచు వింతగా ముందు చూచి) ఎక్కడిదీయపూర్వసుగంధము? హాయి హాయి! (ప్రక్కకు చూచి) ఆవచ్చువానివద్ద నేమేని సుగంధద్రవ్య మున్నదేమో (ఆఘ్రాణించి) ఏమి సువాసన? (అటు చూచి యాఁగి) ఆతఁడు చేరుచున్నకొలఁదిని సురభిగంధము హెచ్చగుచున్నది— (తేఱి చూచి) ఆ! రాణీ! అతనిమెడలోనిది పూలదండ కాదా! నా పుష్పహారమే. మగవాఁడు వీని కెందుకు? అది యూర్వశిమెడలో నుండఁ దగినది. (కొంచె మెదురేగి) దీని నెట్లయినా పుచ్చుకొని చుట్టుదారి యైనా సరే దాని కిచ్చి వచ్చెదను.

[పుష్పహారధారి యగుపురుషుఁడు ప్రవేశించును]

వి:—— (సమీపించి) ఎవ రండీ మీరు?

పు:—— గంధర్వులము?

వి:—— మీ పేరు?

పు:—— విశ్వావసువు.——మీ రెవరు?

వి:—— క్షత్రియులము——ఈసురభికుసుమమాల యెక్కడిది?

పు:—— నాకలోకమునుండి తెచ్చుకొన్నది.

వి:—— అంతే యనుకొన్నాను——ఇవి మీ కచ్చట సులభములు (చిఱునవ్వుతో) దండ బాగున్న దండీ! మీరు నాకమునకు తఱచుగా పోవు చుందురుగదా !

పు:—— ఆఁ! (నడచుచుండును)

వి:——చిన్నమాట

పు:——ఏమిటి చెప్పండి. (ఆఁగును)

వి:——ఈదండ నా కిత్తురా?... ... ...

పు:——(తీవ్రముగా) ఇవ్వ నివ్వను (పోఁబోవును)

వి:——కొంచె మాఁగండి— మనసుపడి కోరుచున్నాను—

పు:——నా మెడలోనిదండ యిమ్మందువు, అ దేమికోరి కయ్యా!

వి:——అయితే సరే! కోరిక కాదు, శాసనమే—

పు:——(కోపముతో) నన్ను శాసించుటకు నీ వెవఁడవు? వెళ్ళు వెళ్ళు (నడవఁబోవును)

వి:——ఆఁగు మని చెప్పలేదా? ఆఁగు—

పు:——(ఆఁగి తీవ్రముగా) ఏమి టీయాజ్ఞ? దార్లు కొట్టువాఁడవా?

వి:—— జాగ్రత్తగా మాటాడు.

పు:——అరే! ఏమి టీబెదరింపు? చిత్రముగా నున్నదే!

వి:——ఇది రాజాజ్ఞ. ఇచ్చి కదలు. లేకున్న ... ...

పు:—[అపహాసముతో] బళీ! పాకము ముదురుచున్నదే! నీకత్తియక్కడ పెట్టుము. ఇది గంధర్వవీరాజ్ఞ!

వి:—[నవ్వుచు] సెబాసు గంధర్వా! మంచిమాటన్నావు. కత్తి లేని వానితో నేను ఖడ్గము పట్టి పోరాడను. నాకత్తి యాబండపై పెట్టెదను. నీవండకూడా అక్కడ పెట్టుము. ఈ రెండును గెలిచినవారివి. బాహుయుద్ధ మొనరింతము సరేనా?

పు:—ఓ! కానీ! ఆగర్వ మణఁగుట మంచిదే! [అట్లు చేసి, పైవస్త్రములు తీసి యందుంచి కొంతసేపు బాహాబాహిగా పోరాడుదురు.

వి:—(చేతులుపట్టి ముందుకు లాగి, యొక్క గెంటు గెంటి)
గర్వ మణఁగిన దా? గంధర్వవీర!

పు:—(వెలికిలఁబడి లేచి, ఒళ్ళు దులుపుకొనుచు)
ఎగురఁబోకుము చూడు నీపొగ రణంతు (అనుచు దూయును)

[తెర లో]

వద్దు వద్దు వెళ్ళకు కలియఁబడకు ఆఁగు.

వి:—(అటు చూచి; అయ్యో పాపము! ఆఁడది పరుగెత్తుకొని వచ్చు చున్నది.

పు:—(సిగ్గుతో తల వంచును)

ఆ: (ప్రవేశించి) ఏమి టిది? ఇంతలోనే... (గంధర్వుని కష్టముగా నిలచి వగర్చుచు రాజును జూచి) ఎవరు విక్రమమహారాజా! ఔరా! ఎంతప్రమాదము......?

వి:— భయములేదు. తత్తఱపడకు—నన్నెట్లెఱుఁగుదువు ?

ఆ: — (చిఱునవ్వుతో) పదునాలుగేండ్లక్రిందట యమునాతీరమున చూచినాను.

వి:— (ఆశ్చర్యపడి దరస్మితముగా) సరే సరే! తెలిసినది. ఇందురేఖా! నాఁడు కనఁబడకపోయినా, నేఁడు కనఁబడక తప్పినది కాదు. పూర్వస్నేహితురాలవు, సంతోషము—

ఇం:— నేఁడు సుదినము ధన్యురాలను.

వి:— రెండుమూఁడుసార్లు నీప్రసంగము వచ్చినది. నీమంచితనము నా మనస్సు నంటియున్నది.

ఇం:— ఇది మీయవ్యాజకరుణ కుదాహరణము.

పు:— (విసుగుతో) ఈయుద్ధ మేమిటి? ఆమాట లేమిటి?

ఇం:— ఏమి యీతొందర? పెద్దమనుష్యులతో మాటలాడుచుండఁగా ...

పు:— అవు నవును కానివా రెవరు? ఉండు. ఒ త్రిగిలు... ...

ఇం:— ఏ మనుకొన్నావో? హనుమంతునిముందనా కుప్పిగంతులు?

పు:— అయితే కానీ! బదులు తీర్చుకుండఁగా విడువను—

వి:— ఇందురేఖా! నీమొగము చూచి సంశయించుచున్నాను.

పు:— ఈయుద్ధమే లేకపోతే ఆ సంశయమే పుట్టకుండును (మీసము దువ్వును)

వి:— (చిఱునవ్వున నిరసనము చూపును)

ఇం:— అయినపరాభవము చాలదా? నీబడాయి యిక్కడ పనికిరాదు. ఈయనపరాక్రమము విన్నావా కన్నావా?

గీ. గాండ్రు గాండ్రు మటంచు వ్యాఘ్రం బొకండు
పైకి వచ్చుట గని తడఁబడక యితఁడు
చెర రానిచ్చి బలుతరవారి వేసె
నొక్క వేటున కది రెండుముక్క లయ్యె.

పు:— అబ్బో! గొప్పపరాక్రమమే.

ఇం:— [నవ్వుచు] కాదా! అదే నీవైతే, కామరూపముతో కాలికి బుద్ధి చెప్పియుందువు—తెలిసినదా! అసలీపోరాట మెందుకు తెచ్చిపెట్టినావు? అబుజముమీఁదిదుమ్ము దులుపుకో!...

పు:— [కోరచూపుతో] ఆయన తెచ్చిపెట్టినదే...

ం.— ఎందుకోసము?

పు:—ఆఁ! మరాళ. పూలమాలికకోసము.

ఇం:—అ దేది?

పు: అదిగో రాతిమీఁద...

ఇం:—తెచ్చి యిచ్చివేయుము...

పు:—[మొగము చిట్లించుకొని] నే నెందు కివ్వవలెను?

వి:—[చిఱునవ్వుతో] గెలిచినవారు తీసికొనడమే మాఁసమయము.

పు:—[కొఱకొఱ లాడుచుచూచి ఈయడ్డు లేకపోతే గెలు పెవరికో తెలిసివచ్చును. (తనదుస్తులు తీసికొని వెడలిపోవుచు), అది నీదే కదా! నీయిష్టము వచ్చినట్లు చేసుకో (నిష్క్రమించును)

ఇం:—(అటు చూచి) దురభిమాన మంటే ఇదే! (పూలదండ తెచ్చి రాజుమెడలో వేసి నమస్కరించి) అతఁడు తెలియక చేసినయప రాధము క్షమించండి.

వి:—అతనిత ప్పేమీ లేదు—ఇది నాతప్పును గాదు—ఇంతకును నీ సౌశీల్యము మేలు చేసినది. ఇట్టియవ్యాజమైత్రి లోకములో దుర్లభము. ఇది మఱచిపోను.

ఇం—మహానుగ్రహము, ధన్యురాలను—అయితే మహారాజా! ఇపుడెక్కడి నుండి దయచేయుచున్నారు?

వి:—యదుపురమునుండి—

ఇం:—అల్లాగా? అంతఃపురము చిత్తగించి వచ్చుచున్నారా? పరమా నందము—ఈశ్రియురా లింకా, అచ్చరకొండకు వచ్చి యుండ దనుకొని యీదారిపట్టినారా? పోనిండు. ఈవిధముగా పునర్దర్శ మైనది.

వి:—కాదు సఖీ! (దరహాసము) మఱియొకపనిమీఁద నిటు వచ్చు చున్నాను.

ఇం:—(అచ్చెరువడి) ఏమిటే! మేరుగిరి కేమో, శ్రమపడ నక్కఱలే దని చెప్పవలె ననుకొనుచున్నాను—వింత లేమీ లేవు గదా?

వి:—(నవ్వుచు) ఉంటే నీకు తెలియవా?

ఇం:—అయితే, ఎక్కడి కీప్రయాణము?

వి:—అమృతకుండమునకు—

ఇం:—ఇంకేమి? దాఁపరిక మెందు కండీ?

వి:—(చిఱునవ్వుతో) నీ వేదో పొరపడుచున్నావు —

ఇం: అయితే క్షమించండి. కారణ మేదేని కానిండు. అదృష్టవంతు లెక్కడికి వెళ్ళినా, అదృష్టవంతులే.

వి:—(సస్మితముగా) అదేమిచెలీ!, అట్లనుచున్నావు!

ఇం:—(దరహాసముతో) తీర్థము స్వార్థము కూడివచ్చిన దని_

వి:—(నవ్వి) నీవుకూడా నర్మసంభాషణము నేర్చినావా?

ఇం:—[హస్తము స్పృశించి] ఎంతమాత్ర మది కాదు. ఊర్వశి మేరుగిరినుండి వచ్చి యమృతకుంభముచెంత విడిసియున్న దని చెప్పుట కట్లంటిని.

వి: [వికారము తోఁపనీక] ఓ! అల్లాగా? మంచిదే_ఇం కేమైనా విశేషములు?

ఇం:—ఏ మున్నవి? మహారాజా! నే నింకఁ బోవలెను. అతఁడు త్వరపడుచుండును – ముఖ్యమైనమాట యొకటి – ఈపుష్పహార మష్టాబ్దసురభిమాల్యము దీనిమహిమ వినుఁడు.

క. యౌవనము నిల్పుఁ, బోయిన
యౌవనమును మర్ల దెచ్చు, నతిదుర్లభ మీ
పూవులదండ, సుగంధం
బీవిధముగ నుండు నెనిమిదేఁడులదాఁకన్.

ఇక దీని నెట్లుపయోగించుకొందురో! మీచిత్తము.

(రాజుచేతులు కన్నుల కద్దుకొని, సెలవుసెలవు-(నిష్క్రమించును)

వి:— (పరిక్రమించుచు) ఔరా! నాజీవిత మెంత వింతగా నున్నది? తలఁచుకొన్న నాకే నవ్వు వచ్చుచున్నది. నేను పోవుచున్నపని

యేమి? ఈమాల్యదర్శన మేమి? ఊర్వశీస్మరణ మేమి? ఆహా! దైవమా! మరల నీయాట నీవు మొదలుపెట్టితివా! నిన్ను తప్పించుకొని తిరుగువాఁడు పృథివిలో నుండఁబోఁడు. నేను నీ చేతికీలుబొమ్మ నైనాను. (దుస్తులు తాల్చి కత్తి గైకొని నడచుచు) చారులవల్ల రాజాజ్ఞ తెలుసుకొని యిది యిక్కడికి వచ్చియుండును. (ఆలోచించి) ఎట్లయినా చూడఁదలచినమాట నిజము. చుట్టుదారి తప్పినమాట సత్యము. అయితే ప్రాయశ్చిత్తవిధి మాట? (ఊహించి) దీనిమాట యటుంచు; ఇంటికి వచ్చినా నని తెలిసినచో నిది విధించుప్రాయశ్చిత్త మేమో! ఛీ! (సంకోచించి) ఎటు చూచినా చిక్కుగానే యున్నది. ముగ్గురు ముగ్గురే! దైవము చలపట్టి నన్ను పరీక్షించు చున్నది. ఆహా!

గీ. ఆడి తప్పితి వని వేశ్య యాడిపోయు,
నీతి మాలితి వని రాణి నిందసేయు,
ఆజ్ఞ మీఱితి వని గురు వాగ్రహించు,
ఏల కనిపించెనో పాడు పూలదండ?

[ఆఁగి తలవంచి యాలోచించి, నిశ్వసించి] ఎందు కింక! ముందుకు పోతే ఊహా మైనా యున్నది. వెనుకకు పోతే ఊహాపరలు రెండును లేవు. (పరిక్రమించుచు నులికిపడి) ఇంతకు గడువు దాఁటలేదుగదా! (రోజులు లెక్కించి) ఆఁ! దాఁటలేదు. పోనీ! కీడులో మేలు. (రెండడుగులు వేసి యాఁగి శూన్యదృష్టియై తలంచి) అరే, పొరపాటు! ఈపూలదండ కనఁబడకపోయినా అమృతకుండముదగ్గఱ నూర్వశీదర్శనము సిద్ధమే—ఆహా దైవగతి! అటు గురువాక్యము, ఇటు వేశ్యాసమయము. ముందు నుయ్యి వెనుక గొయ్యి. కర్మ మెట్లున్నదో? నా బ్రదు కేమికానున్నదో కానీ!! గురువర్యా! నమస్కారము. [నిష్క్రమించును]

—౦—

విశ్రుతోర్వశీయము

నవమ రంగము—అమృతకుండము చెంతరాతిమిద్దె

[వీధియరుగుమీఁదఁ గూర్చుండి మాట్లాడుకొనుచు నూర్వశీవిశ్రుతులు ప్రవేశింతురు]

ఊ:— మనోహరా! ఈపదిదినములనుండి యెన్నోవిధముల బ్రదిమాలుచున్నను నామాట వినకున్నారు. అది ధర్మముకాదు సుమండీ!

వి:— ప్రేయసీ! ఆగొడవ యింకఁ దేవ ద్దని కోరినా మరల నదే తెచ్చుట నీకును దగదు సుమీ!

ఊ.— మాటకు మా టంటే సరా? ఇది యంత తేలికగొడవ కాదు.

వి:— కా కేమి? గోరంతలు కొండంతలు చేయుచున్నావు కాని...

ఊ:— ఔను గాని, ఇందురేఖయభిప్రాయమునుబట్టి మీపట్టమహిషి కివ్వవలసినపుష్పమాల నా కిచ్చుట తగునా?

వి:— అది నీకోసము సంపాదించితి నని చెప్పలేదా? మరెందు కో ప్రశ్న? (లేచును)

ఊ:— బాగున్నది. (లేచి) మీయనుగ్రహమున కానందించితిని. కాని నా కిట్టిదండలు లేవా? రావా? ఆమహాపతివ్రత కాదండను నా కానుక గా సమర్పింపుఁడు.

వి:— చిత్తము. ఆజ్ఞ నెఱవేర్పక తప్పునా?

ఊ:— (నవ్వుచు) అంతయెకసక్కె మెందుకు?...సరే కాని, నిజము చెప్పండి మళ్ళీ అడుగుచున్నా ననుకోక. గడువులోపల రావలెనని నాకోసమే వచ్చినారా?

వి:— అబ్బా!!

ఊ:— ముచ్చటగా నడుగుచుండ నంతవిసుగెందు కండీ?

వి:— నీకొఱకు రాకపోయినగాని నీకొఱకు వచ్చినట్లే యైనది. ఆమాట ముమ్మాఱు చెప్పితిని. ఇంకా యెందు కాపరీక్ష?

ఊ:— ఎందుకో వినండి. త్రికరణశుద్ధిగా శ్రీహరిసాక్షిగా మనవి చేయుచున్నాను. మీ దేవిమాటలు మీకులదేవతమాటలు మీకులగురునియాజ్ఞ, పరమేశ్వరునియాజ్ఞ, ఆమాటలు తలఁచుకొంటే యెడలు వణకుచున్నవి! ఇప్పటికైనా నా కోరిక మన్నింపుఁడని చేతులు పట్టుకొని వేఁడుచున్నాను.

వి:— (విసిపించుకొని) ఎన్నాళ్ళీమాటలు? భయపడవలసినది నేనా నీవా? ఏమి టీనిర్బంధము? (పెడమొగము పెట్టును)

ఊ.— (దోసిలి యొగ్గి) రాజేంద్రా!

చ. వనితలమాట లన్న మగవారికిఁ జుల్కన గాక, రాజ్యవ
ర్తన దలపోయ కిట్లిహపరంబులకుం జెడు టర్హమౌనె? నా
మనవి తిరస్కరింతురె? సమస్త మెఱింగినమీకు నేను జె
ప్పనె? యిప్పుడైన నన్విడిచి పట్టపురాణిసుఖంబు చూడుఁడీ!

వి:— నీవు చిత్తశుద్ధిగాఁ జెప్పుచున్నావని నమ్మెదను గాని తెలిసిన వాని కిన్నిసార్లు తెలుపవలెనా?

ఉ. నీవను పేర్కొనర్ప నని నేరము మోపకు, పాడుదైవ మీ
పాపపువేళ నీకరము పట్టఁగఁ జేసెఁగొ? నిన్నుఁ గన్ననా
చూపున కింక వేఱొకతెసొంపు రుచింపక యుండె. నామదిన్
దాఁపఱికంబు లే దిది యథార్థము, నాసుఖ మీవు చూడుమీ!

ఊ:— [చిరాకుతో] వద్దు వద్దు. మీయొక బాటున కోర్కెఁ జాలక తలఁచి కదా తొలుత మీచే సమయము చేయించితిని! అట్టి నేనే యెందు కింత బలవంతపెట్టుచున్నానో కొంచె మాలోచించండి.

వి:—(సాక్షేపముగాఁ జూచి) కొంచెము కాదు చాలా ఆలోచించి నామాట, నానిశ్చయము చెప్పుచున్నాను విను.

క. ఆనతి మీఱితినాఁడ నని యమ్ముని తీవ్రముగా శపించనీ!
మానము లేనివాఁడ నసి మానిని ఛీ యని నింద సేయనీ!
పూని యొనర్చు కామవిధి పూర్తిగ దుర్గతిఁ గూలఁ ద్రోయనీ!
యే నిఁక నిన్ను వీడి పురి కేఁగఁగఁ జాలను దివ్యకామినీ!

స:—(మొగము చిట్లించుకొని పెడమొగము పెట్టి తనలో) ఇది కేవలము రూపమోహ మని యెఱుఁగుదును. ఈకనువేఁదు అణఁగి పోవుచికిత్సయే యిపుడు కర్తవ్యము. అది ముందు కొంతసూచించుట యెందు కైన మంచిది. [ప్రకాశముగా, కోపముతో] నీవు నారూపమును మోహించినట్లు నేను నీరూపమును మోహించితిని. నిజ మింతే కదా! అట్టియెడ నే నావాంఛ వదలుకొనుచుండ నీ వెందుకు వదలుకోలేవు? నీ కేడుగురు పుత్త్రులఁ గన్నప్రియురాల నింత నిర్బంధించి యెందుకుఁ జెప్పుచున్నానో వివేకించుకో! అగ్నిసాక్షిగాఁ బెండ్లాడినయా సతీమణి ధర్మచింత యెట్టిదో స్మరించుకో! తనువులే శాశ్వతములు కావు. ఇకరూప యౌవనములు శాశ్వతములా? ఇప్పటికే నీయర్ధాంగిజవ్వన మడవిని గాచిన వెన్నెల యైనది. ఆపాతకము నీతో సమానముగాఁ బంచుకొనుచున్న నామనవి చిత్తగించి యిపుడైనా నీగురుని యానతి నడపి పురంబునకుఁ బొమ్ము.

[అని చెరచెర లోపలికిఁ బోవును]

:—(నిశ్చేష్టుఁడై చూచి) ఏమి టీఘోరణి? నీవు నీ వనుచు నిశ్శంకముగా నిట్లు తూలనాడుట చూడ దీని మనసు విఱిగినట్లు స్పష్టమైనది. [నిశ్వసించి పరిక్రమించుచు] ఇది ప్రేమ లేనికోపమా? కాదు. వారు శపింతు రన్నభయము...[ఊహించి] నిజమే, రూపమోహమే. కా దేని, యేదోష మెఱుఁగనికన్యారత్న మని దీనిని వరించితినా? అది కన్ను చేసినతప్పు. మనస్సు నందురు

గాని కన్ను మూచెడ్డది. ఆరూపము మనస్సున కింత గాఢముగా నంటుటకుఁ గన్నే కదా కారణము! ఇపు డేమి చేయను! దీనికి నీతులు పని చేయునా? జపతపములు పనిచేయునా? ఇప్పుడు కన్నులు పోయినా న న్నీరూపమోహపిశాచము వదలదు... దీని నావహింపఁజేసినదైవమే దీనిని వదల్పవలెను. అంతవఱకీ బ్రతు కింతే. లేకపోతే, పూలదండ కనఁబడినంతనే యిదే స్మృతికి రావలెనా? ... ... [తలంచి] ఆహా!

ఉ. మానము మంటలోఁ గలసె మంత్రిమొగంబును జూచువేళ, నా
ప్రాణము పోయినంతపని యయ్యె సతీమణిఁ గాంచువేళ, దొం
గైనను మేలు నాఁగ భయ మయ్యె మహర్షిని జేరువేళ, న
ట్లైనను వీడకుండె నవురా ! కనువేదు, ఇ దెట్టిమోహమో ! !

[తల యాడించుచు నాశ్చర్యవిషాదములు దోఁప]

క. హో హొమ్మని తెగనాడిన
నీపాపపురూపమోహ మెడఁబాయ, దిసీ !
భూపతి ననునభిమానము
కోపంబును గామచింతకుఁ బలి యయ్యెన్.

(ఇట్టట్టు పరిక్రమించి తల యూఁచి) కానీ ! నేఁటితో నేనో యొక తేలు నని పొడగట్టుచున్నది, చూతము. (ద్వారమువంక చూచి) చాలసేపైనది లోపలికి వెళ్ళి... ...ఏమి చేయుచున్నదో? రుచిమతీ !

[తెరలో విసుగుతో] ఏమండీ ?

వి:— ప్రేయసి యెక్కడ ?

[తెరలో] మీదైవము నడగండి.

— (తెల్లబోయి) ఇ దేమిటిరా ! దీనిధోరణి కూడా మాఱినది ? ఇ దేదో వింతగానే యున్నది. అవస్థ మారేరోజు వచ్చినది.

సందేహము లేదు, ...పోయి చూతునా? (రెండడుగులు వేసి) అక్కడిగొడవ యేమిటో! (ఆఁగి) రుచిమతీ! ఏమిటి సంగతి? నేను వత్తునా?

[తెరలో] రానక్కఱ లేదు. అక్కడుంటే వచ్చినంతసంతోషము

వి:—సరే తెలిసిపోయినది. ఇదేదో కుతంత్రమే. రూపయౌవనములను గూర్చి యుపన్యసించి వెళ్లినది......ఏదో మోసము తలపెట్టినది. (స్మరించి) ఆఁ! అచ్చరలకుఁ దెలియనిమాయ లున్నవా? కామరూపకామగమనము లెఱిఁగినది మోసగించలేదా? సరే కానీ, ఏమైనా మంచిదే......

[తెరలో] ఇదేమిటమ్మా! పిడుగు పడ్డట్టు వచ్చి పడ్డది. అయ్యో! ఎల్లాగంటిరూప మెట్లు మాఱిపోయినది? లేవడ మెందుకు? సరేలే! ఈకఱ్ఱ పట్టుకో! (మూఁడుకాళ్ళముదుసలియగునూర్వశియు రుచిమతియు నొకవంక ప్రవేశింతురు)

వి:—(తీవ్ర దృష్టితో) ఈమూఁతముప్పిడి యేమిటి? వెళ్ళి చూచెద. (పరిక్రమించి యటుచూచి) అబ్బా!! (మొగము త్రిప్పుకొని. ఏమిటిది రుచిమతీ నిజము చెప్పు.

ఊ:— (పెదవులు దవుడలు నాడుచుండ శిరఃకంప మభినయించుచు)

రు:— ఏ మున్నది? కనఁబడడము లేదా?

వి:— మాట్లాడుచుండఁగానే ముసలితనము పైఁబడె నందువా?

రు:— నాటకములో వేషము వేసిన దండీ!

వి:— ఏమి హావిసుగు? తిన్నగాఁ జెప్పలేవా?

రు:— మీచెట్ట పట్టినందుకు ఫలమిది...

ఊ:— (కొంచెము ముందుకు వంగి వణఁకుచు) మనోహరా!

వి:— (మొగము ముడుఁచుకొనును)

ఊ:— ఈవింతరూపము దైవమాయచే వచ్చినది. దైవము నేమందును? నాపాప మది. నీ వనుమానింతు వని విచారింపనా? నా

www.ingramcontent.com/pod-product-compliance
Lightning Source LLC
LaVergne TN
LVHW020125220825
819277LV00036B/585